எங்க உப்பப்பாவுக்கொரு ஆனையிருந்தது

அன்பார்ந்த வாசகருக்கு,

வணக்கம்.

காலச்சுவடு நூலை வாங்கியமைக்கு நன்றி.

நூலின் உள்ளடக்கம், உருவாக்கம், அட்டைப்படம் இன்ன பிற அம்சங்கள் பற்றிய உங்கள் கருத்துகளையும் ஆலோசனைகளையும் காலச்சுவடு வரவேற்கிறது. தகவல், எழுத்து, வாக்கியப் பிழைகள் தென்பட்டால் அவசியம் தெரிவித்து உதவுங்கள். நூல் தயாரிப்பில் கடும் குறைபாடு இருப்பின் மாற்றுப் பிரதி உங்களுக்குக் கிடைக்கக் காலச்சுவடு ஏற்பாடு செய்யும்.

மின்னஞ்சல்: publisher@kalachuvadu.com

காலச்சுவடு நாகர்கோவில் அலுவலகத்திற்குக் கடிதம் அனுப்பலாம்.

தங்கள்
எஸ்.ஆர். சுந்தரம் (கண்ணன்)
பதிப்பாளர் – நிர்வாக இயக்குநர்

Unauthorised use of the contents of this published book, whether in e-book or hardcopy format, for any type of Artificial Intelligence (AI) training — including but not limited to Machine Learning, Deep Learning, Natural Language Processing, Computer Vision, Chatbot Training, Image Recognition Systems, Recommendation Engines, and Language Models — is strictly prohibited without prior licensing from the publisher. Any such unauthorised use may result in legal action.

எங்க உப்பப்பாவுக்கொரு ஆனையிருந்தது
வைக்கம் முகம்மது பஷீர் (1908 – 1994)

1908 ஜனவரி 19ஆம் தேதி கேரளா வைக்கம் தாலுகாவில் தலயோலப் பரம்பில் பிறந்தார். பத்தாம் வகுப்புப் படிக்கும்போது வீட்டைவிட்டு ஓடி, இந்திய தேசிய காங்கிரசில் சேர்ந்து உப்பு சத்தியாக்கிரகத்தில் கலந்துகொண்டார். சுதந்திரப் போராட்ட வீரராகச் சென்னை, கோழிக்கோடு, கோட்டயம், கொல்லம், திருவனந்தபுரம் சிறைகளில் தண்டனை அனுபவித்தார். பகத்சிங் பாணியிலான தீவிரவாத அமைப்பொன்றை உருவாக்கிச் செயல் பட்டார். அமைப்பின் கொள்கை இதழாக *உஜ்ஜீவனம்* எனும் வார இதழையும் துவக்கினார்.

பத்தாண்டுகள் பாரதமெங்கும் தேசாந்திரியாகத் திரிந்தார். பிறகு, ஆப்பிரிக்காவிலும் அரேபியாவிலும் சுற்றினார். இக்காலகட்டத்தில் பஷீர் செய்யாத வேலைகளே இல்லை. ஐந்தாறு வருடங்கள் இமயமலைச் சரிவுகளிலும் கங்கையாற்றின் கரைகளிலும் இந்துத் துறவியாகவும் இஸ்லாமிய சூஃபியாகவும் வாழ்ந்தார்.

சுதந்திரப் போராட்ட வீரர்களுக்கான மத்திய மாநில அரசுகளின் ஓய்வூதியம், ஃபெல்லோஷிப், இந்திய அரசின் பத்மஸ்ரீ விருது, கோழிக்கோடு பல்கலைக்கழகத்தின் டி.லிட்., சம்ஸ்கார தீபம் விருது, பிரேம் நசீர் விருது, லலிதாம்பிகா அந்தர்ஜனம் விருது, முட்டத்து வர்க்கி விருது, வள்ளத்தோள் விருது, ஜித்தா அரங்கு விருது போன்ற பல்வேறு விருதுகள் பெற்றவர்.

1994 ஜூலை 5ஆம் தேதி காலமானார்.

மனைவி: ஃபாபி பஷீர், **மக்கள்**: ஷாஹினா, அனீஸ் பஷீர்.

குளச்சல் யூசுஃப்
மொழிபெயர்ப்பாளர்

குமரி மாவட்டம், குளச்சலில் பிறந்தவர். தற்போது நாகர்கோவிலில் வசித்துவருகிறார். வைக்கம் முகம்மது பஷீரின் படைப்புகள் உட்பட முப்பதுக்கும் மேற்பட்ட நூல்களைத் தமிழில் மொழிபெயர்த்துள்ளார். செம்மொழித் தமிழாய்வு மத்திய நிறுவனத்துக்காக நாலடியார், இன்னா நாற்பது, இனியவை நாற்பது, கார் நாற்பது, களவழி நாற்பது, நான்மணிக்கடிகை ஆகிய அறநூல்களை மலையாளத்திலும் மொழியாக்கம் செய்துள்ளார். மொழிபெயர்ப்பிற்கான சாகித்திய அகாதெமி விருது, தமிழ்நாடு அரசு விருது, ஆனந்த விகடன் விருது, உள்ளூர் பரமேஸ்வரய்யர் விருது, வி.ஆர். கிருஷ்ணய்யர், நல்லி திசையெட்டும், ஸ்பாரோ கவிக்கோ உட்படப் பல்வேறு விருதுகள் பெற்றுள்ளார்.

மின்னஞ்சல்: kulachalsmyoosuf@gmail.com
அலைபேசி : 99949 23926

வைக்கம் முகம்மது பஷீர்

எங்க உப்பப்பாவுக்கொரு ஆனையிருந்தது

தமிழில்
குளச்சல் யூசுஃப்

காலச்சுவடு பதிப்பகம்

எங்க உப்பப்பாவுக்கொரு ஆனையிருந்தது • நாவல் • ஆசிரியர்: வைக்கம் முகம்மது பஷீர் • மலையாளத்திலிருந்து தமிழில்: குளச்சல் யூஃசுப் • © ஃபாபி பஷீர், ஷாஹினா, அனீஸ் பஷீர் • முதல் பதிப்பு: நவம்பர் 2009, திருத்தப்பட்ட இரண்டாம் பதிப்பு: நவம்பர் 2011, ஒன்பதாம் பதிப்பு: செப்டம்பர் 2025 • வெளியீடு: காலச்சுவடு பப்ளிகேஷன்ஸ் (பி) லிட்., 669 கே. பி. சாலை, நாகர்கோவில் 629001

enka uppappaavukkoru aanaiyiruntatu • Novel • Author: Vaikom Muhammad Basheer • Translated from Malayalam by: Colachel Yoosuf • © Fabi Basheer, Shahina, Anees Basheer • Language: Tamil • First Edition: November 2009, Second Edition with Corrections: November 2011, Ninth Edition: September 2025 • Size: Demy 1 x 8 • Paper: 18.6 kg Maplitho • Pages: 112

Published by Kalachuvadu Publications Pvt. Ltd., 669 K.P. Road, Nagercoil 629001, India • Phone: 91-4652-278525 • e-mail: publications @kalachuvadu.com • Printea at Print Point Offset Printers, Nagercoil 629001

ISBN: 978-81-89945-96-1

09/2025/S.No. 312, kcp. 6021, 18.6 (9) ass

இந்நாவலின் தமிழ் மொழிபெயர்ப்பு,
என்னுள் இருந்த ஏதோ ஒன்றைக் குறிப்பதுணர்ந்து
'விகடகவி'
என்று கோபத்துடன் பாராட்டிய என் வாப்பா
சண்டியர் ஜனாப் சாகுல் அமீது
அவர்கள் நினைவுக்கு...

முன்னுரை

பண்டையப் பெருமையின் மாபெரும் மயக்கத்திலாழ்ந்திருந்த குஞ்ஞுதாச்சும்மா உணர்ந்தெழுந்த போது பிரதாபம் மிகுந்த அவளது வாப்பாவின் ஆண் யானை அற்ப உயிரினமான குழியானையாக மாறியிருந்தது.

எழுதுகோலை மந்திரக்கோலாக்கி மாய உலகங்களைத் தனக்கேயான மொழியில் சிருஷ்டித்த பித்தனும் மாந்திரீகக் கதாசிரியருமான வைக்கம் முகம்மது பஷீரின் உலகப் புகழ்பெற்ற 'ன்றுப்புப்பாக்கொரானேயுண்டார்னு' எனும் மலையாள நாவலின் கலாச்சாரப் பின்புலம், தமிழின் இந்த வட்டார மொழிக்கு மட்டுமே வசப்படுவதாக உணர்ந்து இயன்றவரைக்கும் சிறப்பாக மொழியாக்கம் செய்ய முயன்றிருக்கிறேன். எனது மொழிபெயர்ப்புகளைச் செம்மைப்படுத்தி உதவும் கவிஞர் சுகுமாரன், திரு. எம்.எஸ்., கவிஞர் ராஜமார்த்தாண்டன் ஆகியோருக்கும், இந்தத் தொகுப்பை நல்ல முறையில் அச்சாக்கம் செய்த நண்பர் ஐயப்பன், தோழியர் சுமித்ரா, கலா, ஷாலினி, வடிவாக்கம் செய்த பிரேமா ஆகிய அன்பர்களுக்கும் மனமுவந்த நன்றிகளுடன்.

குளச்சல் **மு. யூசுப்**

1

இதுதான் அதிருஷ்ட மச்சம்

அனேகமாயிரம் ஆண்டுகளுக்கு முன் நடந்ததுபோல ஞாபகம். ஏனென்றால், சிறுவயதென்பது நெடுந் தொலைவில் அல்லவா? அங்கிருந்து தொடங்கிப் பலவும் சம்பவித்திருக்கின்றன. எல்லாவற்றையும் ஒரு விளை யாட்டுப்போலவே குஞ்ஞுபாத்துமாவால் நினைவுகூர முடிந்தது. இயல்பான வாழ்க்கை... எப்போதுமே இதெல்லாம் அர்த்தமிழந்துபோன ஆச்சரியங்கள்தான். எதுவும் யாருடைய பிடிக்குள்ளும் இல்லையல்லவா? என்ன செய்வது? சில நேரங்களில் வாய்விட்டு அழுது விடலாம்போலிருக்கும். மனம் விட்டுச் சிரிக்கவும் தோன்றும். அழுவதைவிடச் சிரிப்பதல்லவா நல்லது? நினைத்து நினைத்துச் சிரிக்கலாம்.

குஞ்ஞுபாத்துமா ஒருவரையும் வேதனைப்படுத்தியது கிடையாது. ஒரு எறும்புக்கும்கூட அவள் துன்பமிழைத்த தில்லை என்றுதான் சொல்ல வேண்டும். ரப்புல் ஆலமீனான தம்புரானின் சிருஷ்டிகளில் எதையுமே அவள் வெறுத்ததில்லை. சிறுவயது முதலே எல்லா ஜீவராசி களுடனும் அன்பு வைத்திருந்தாள். முதலில் அவள் நேசம் கொள்ளத் தொடங்கியது ஒரு யானையிடம். அதை அவள் பார்த்ததேயில்லை. இருந்தாலும் பிரியம் வைத்தாள். அதைப் பற்றி அவள் கேள்விப்படுவது இப்படித்தான்:

அப்போது அவளுக்கு ஏழு வயதிருக்கும் அல்லது எட்டு. அதற்கு மேலிருக்க வாய்ப்பில்லை. அக்காலகட்டத்தில் அவள்மீதொரு தடையுத்தரவு பிறப்பிக்கப்பட்டது. வாப்பாவுடையதல்ல, உம்மாவுடையது. விஷயம் வேறொன்றுமல்ல. முஸ்லிம்களாக இருந்தாலும் அக்கம்பக்கத்துப் பிள்ளைகளுடன் சேரக் கூடாது. சுருக்கமாகச் சொல்வதானால், அவர்களுடன் எந்த

தொடர்பும் கூடாது. காரணம் என்ன? உலகப் புகழ்பெற்ற அந்த ரகசியத்தை அப்போது உம்மா அவளிடம் சொன்னாள்:

“எஞ்செல்ல குஞ்ஞுபாத்துமா, நீ ஆனக்காரனோட மவனுக்க பொன்னு மவளாக்கும். ஒன் உப்பாக்கு ஒரு ஆனையிருந்தது. ஒரு பெரீய கொம்பானை.”

“எஞ்செல்ல ஆனை” என்று குஞ்ஞுபாத்துமா அன்று முதல் தனக்குத் தானே நூறு தடவை சொல்லியிருப்பாள். அதனுடன் விளையாடியபடியேதான் அவள் வளர்ந்தாள். அதாவது, அதன் நினைவுகளுடன் அவள் அந்த ஓடிட்ட பெரிய கட்டடத்தின் நடு முற்றத்திலிருந்து விளையாடுவாள். அவளுடைய கழுத்திலும் காதிலும் கையிலும் காலிலும் தங்க ஆபரணங்கள்– உடுத்திருப்பது பட்டு முண்டு. போட்டிருப்பது பட்டுக் குப்பாயம். சரிகைக் கவணியால் தலையை மூடியிருந்தாள்.

அவள் வெளுப்பாக இருந்தாலும் அவளிடம் ஒரு கறுப்பு மிருந்தது. யாரிடமும் அதைச் சொல்லவில்லையென்றாலும் அவளை அது வேதனைப்படுத்தியது. அவளது கன்னத்தில் ஒரு சிறு மரு.

அது அதிர்ஷ்ட மருவென்பதை குஞ்ஞுபாத்துமா அறிந்து கொண்டது, தனது பதினான்காவது வயதில்தான். அவளைக் கட்டிக் கொடுப்பதற்குப் பலவிதமான ஆலோசனைகள் நடந்துகொண்டிருந்த காலம் அது. கட்டிக்கொள்ள வரும் பையன் யாரென்று தெரியாது. யாரானால் என்ன?

‘நான் அப்போ வெத்திலை போடுவேன்.’ குஞ்ஞுபாத்துமா மனதிற்குள் முடிவு செய்துகொண்டாள். கல்யாணம் ஆகாத முஸ்லிம் பெண்கள் வெற்றிலை போடுவது சரியில்லை. அல்லாஹுவும் அவனது திருத் தூதருமான முகம்மது நபியும் இது சம்பந்தமாக ஏதாவது சொல்லியிருக்கிறார்களா என்று அவளுக்குத் தெரியாது. இருந்தாலும் நாட்டு நடப்பு அனுசரித்து இது கூடாது. அன்னிய ஆண்களின் முன்பும் முஸ்லிம் பெண்கள் போகக் கூடாது. சின்னப் பிள்ளையாக இருக்கும்போது குஞ்ஞுபாத்துமா போயிருக்கிறாள். அதுகூட போனதாகச் சொல்ல முடியாது. அன்னிய ஆண்களைப் பார்த்திருக்கிறாள், அவ்வளவுதான். அப்படியான யாரைப் பற்றியும் அவளுக்கு ஞாபகமுமில்லை. அப்படியே இருந்தாலும் அது பெண்களைப் பற்றியதுதான்.

“அதுவளெல்லாம் காஃபிரிச்சிகளு” என்பது மட்டுமே குஞ்ஞுபாத்துமாவுக்கு அவர்களைப் பற்றித் தெரிந்த விஷயம். உலகத்தில் இரண்டே பிரிவுகள்தான். இஸ்லாமும் காஃபிருகளும்.

பெண்ணாக இருந்தாலும் சரி, ஆணாக இருந்தாலும் சரி. இறந்துபோன பிறகு காஃபிருகளெல்லாம் நரகத்திற்குப் போய்விடுவார்கள். அவர்களெல்லாம் வழி தவறிப்போனவர்கள். இஸ்லாமானவன் அவர்களைப் போல் நடந்தால் பாவியாக மாறிவிடுவான். குஞ்ஞுபாத்துமா பார்த்திருந்த காஃபிரிச்சிகளெல்லாம் பள்ளிக்கூட ஆசிரியைகளாகவே இருந்தார்கள். வாப்பா எண்ணெயெல்லாம் புரட்டி அவளை ஆற்றுக்குக் குளிக்க அழைத்துச் செல்லும்போதுதான் அவர்களைப் பார்ப்பாள். நகரங்களிருந்து குளிக்க வருகிற பணக்கார வீட்டுப் பிள்ளைகளையும் குஞ்ஞுபாத்துமா பார்த்திருக்கிறாள். அவர்களில் யாருக்குமே குஞ்ஞுபாத்துமாவின் அளவுக்குத் தங்க ஆபரணங்கள் கிடையாது. பலரும் அவளை அசூயையுடன் பார்ப்பதை அவள் கவனித்ததுண்டு. அவளைக் குறிப்பிட்டுக் காட்டி, “அந்தப் புள்ளெ ஆராக்கும்?” என்று கேட்பதையும் அவள் பார்த்திருக்கிறாள். அப்போது பயபக்தியுடனும் மரியாதையுடனும் யாராவது பதில் சொல்வார்கள்:

“வட்டன் அடிமைக் *காக்காவுக்கெ மவ, குஞ்ஞுபாத்துமா. ஆனெ மக்காருக்க மவளுக்க மவ.”

“நம்ம குஞ்ஞாச்சும்மாவுக்கெ மவ இல்லியா?” என்று சிலர் சொல்வதுமுண்டு.

“நீ ஒருக்க சிரி புள்ளெ குஞ்ஞுபாத்துமா” என்று சொல்லிப் பள்ளிக்கூட ஆசிரியைகளாகிய காஃபிரிச்சிகள் அவளைச் சுற்றிக் கூடுவார்கள். அவர்களைக் குஞ்ஞுபாத்துமாவுக்குப் பிடிக்கும். காபிரிச்சிகளாக இருந்தாலும் அவர்களின்மீது நல்ல மணமிருக்கும். அவர்களெல்லாம் சேலையுடுத்திருப்பார்கள். பிளவுஸ் என்கிற குப்பாயமும் அணிந்திருப்பார்கள். அதனுள் பாடீஸ் எனப்படும் குட்டிக்குப்பாயமும். கூடவே, தலையில் பூவும் சூடியிருப்பார்கள். சிலர் குஞ்ஞுபாத்துமாவின் முடியில் பூ வைத்துவிடுவார்கள். அவர்களில் சிலர் குஞ்ஞுபாத்துமாவின் கன்னத்திலிருக்கும் கறுத்த மச்சத்தை நுள்ளியெடுப்பது போல் பாவிப்பார்கள். அவளுடைய சுவாரஸ்யம் இதிலொன்றுமில்லை. அவர்களைப் போல் சேலையும் பிளவுசும் அதனுள்ளிருக்கும் அந்தக் குட்டிக்குப்பாயமும் அவளுக்கும் வேண்டும். வாப்பாவிடம் இதை அவள் சொல்லவும் செய்தாள். அப்போது அந்த ஆசிரியைகள் சிரித்தார்கள். அதிலொருத்தி சொன்னாள்:

“குஞ்ஞுபாத்துமா வளந்த பெறகு.”

---

* அண்ணன்

வளர வேண்டும்! இப்படியாக அவளுக்குள் ஒரு ஆசை உருவானது. வளர வேண்டும்.

“நான் எப்ப உம்மா பெரிய புள்ளெ ஆவேன்?” உம்மா விடம் அவள் கேட்கவும் செய்தாள்.

உம்மா, காரணத்தை விசாரித்தபோது அவள் உண்மையை அப்படியே வெளிப்படையாகச் சொல்லியும்விட்டாள். அப்போது, உம்மா அவளைப் பயமுறுத்தினாள்.

“எஞ்செல்ல குஞ்ஞுபாத்துமா. நம்மொ அதையெல்லாம் போடப்புடாது. அதுவொ காபிரிச்சிக்கட்டைகளு. நம்மொ காபிருகளுக்கு எதிரா நிக்கணும்.”

“ஆமா, மவளே.” வாப்பாவும் சொன்னார்: “நமக்கு அது கூடாது.”

கூடாது என்றால் கூடாதுதான். வாப்பாவின் சொல்லுக்கு மறுசொல் இல்லை. இஸ்லாத்தின் விதிப்படியல்லவா வாழ வேண்டும்? வட்டன் அடிமைக்காக்கா என்று சொன்னால் அன்பும் மரியாதையுமுண்டு. ஊர் முக்கியஸ்தர். பள்ளிவாசல் காரியக்காரர். ஊரிலும் பெரிய ஆள்தான். எப்போதும் தலையை மொட்டையடித்து மினுக்கி வைத்திருப்பார். தாடியையும் மீசையையும் சட்டப்படி கத்திரித்து வடிவமைத்திருப்பார். மீசையின் இரண்டு முனைகளையும் அப்படியே கொம்புபோல் முறுக்கி விரித்து விட்டிருப்பார். வேட்டி மட்டுமே உடுத்துவார். மிக நீளமான ஜரிகை நேரியதை அலட்சியமாக அப்படியே தோளிலிட்டுக்கொள்வார். சில நேரங்களில் அதன் ஒரு முனை தரையில் கிடந்து இழுபடும் போது பின்னால் வருபவர்கள் அதைப் பக்தி சிரத்தையுடன் ஏந்திப் பிடித்துக்கொள்வார்கள். வாப்பா இதைல்லாம் அறிவதே இல்லை. நீண்டு நிமிர்ந்து அப்படியே நடந்துகொண்டிருப்பார். வாப்பா, கை கால் முகம், வாய் தலை காதுகள் எல்லாவற்றையும் கழுவிச் சுத்தமாக்கி விட்டு இறைவனைத் தொழுவார். இறைவன் எங்குமிருப்பவன், எப்போதுமிருப்பவன். அனைத்துலகிலுமிருப்பவன். அந்த இறை வனை வணங்க வேண்டும். தொழ வேண்டும். ஐந்து நேரத் தொழுகையில் ஒரு நேரத்தைக் கூட வாப்பா தவற விடமாட்டார். ரமளான் மாதத்தின் முப்பது நாட்களும் வாப்பா அன்னமும் தண்ணீரையும் ஒதுக்கி, நோன்பு வைப்பார். சட்டப்படியாக *சதக்கா செய்வார். ஹஜ்ஜுக்குப் போகவேண்டுமென்ற

---

* ஜகாத் – தானம்

ஆசையும் வாப்பாவுக்கிருக்கிறது. ஆனால், குஞ்ஞுபாத்துமாவின் கல்யாணம் முடிந்த பிறகுதான் அதை நிறைவேற்ற வேண்டும்.

அப்படியாகக் கல்யாணக் காரியம் நெருங்கிக்கொண் டிருந்தது. வீட்டில் நித்தமும் விருந்துதான். ஐந்தெட்டு கட்டு வெற்றிலை தேவைப்பட்டது. வாப்பா அதிகமாக வெற்றிலை போடுபவரல்ல.

உம்மா நிறைய வெற்றிலை போடுவாள். உம்மாவுக்கு நாளொன்றுக்கு ஒரு நூறு கொழுந்து வெற்றிலையாவது தேவைப் படும். தாம்பூலமும் பேச்சும்தான் உம்மாவின் முக்கியமான வேலைகள். வெற்றிலைச் செல்லத்தின் அருகில் சகலவிதமான ஆபரணங்களும் தரித்து, கசவுத் *தட்டமும் பட்டுக் குப்பாய மும் பட்டுக் *கச்சமுறியும் உடுத்து மெத்தைப் பாயின்மீது உம்மா அமர்ந்திருப்பாள். உம்மா, தரையில் கால் பதிக்கவே மாட்டாள். மிதியடியின்மீதுதான் நடப்பாள். உம்மாவின் மிதியடி யின் குமிழ்கள் இரண்டும் உப்பப்பாவின் யானைக் கொம்பால் செய்யப்பட்டவை. மிதியடிகள் எப்போதுமே உம்மாவின் பக்கத்தி லேயே இருக்கும்.

வெற்றிலை போடுவதற்கும் உம்மா பேசுவதைக் கேட்பதற்கு மென்று நிறைய பெண்கள் வருவார்கள். உம்மா பேச ஆரம்பிப் பாள். விஷயம் அதிகமொன்றுமிருக்காது. ஒன்று, குஞ்ஞு பாத்துமா; அல்லது வாப்பாவின் சகோதரிகளான ஏழு மாமி மார்கள். பெரும்பாலும் குஞ்ஞுபாத்துமாவின் கன்னத் திலிருக்கும் கறுத்த மச்சம்தான் விஷயமாக இருக்கும்.

"இது அதிர்ஷ்ட மருவாக்கும்..." உம்மா சொல்வாள்: "சும்மா வந்துருமா? ஆன மக்காருக்கெ பொன்னு மவளுக்க பொன்னு மவளில்லையா? அதுமட்டுமா? நான் பெத்தது அஞ்செண்ணம். ஆனா, அந்தப் படச்சவனும் முத்து நபியும் *நேமிசக்காரங்களும் ஒண்ணுதான் விதிச்சாங்கோ." குஞ்ஞு பாத்துமாவின் ஆபரணங்களைத் தடவிவிட்டபடி மீண்டும் தொடர்வாள்:

"சொல்லுங்கோ, பெண்ணுகளே. இதையாவது நல்லபடியா நடத்தாண்டாமா?" கேட்டுவிட்டு சற்றுக் கோபத்துடன் தொடர்வாள்:

"பின்ன ஒரு காரியம், இந்தக் கல்யாணத்துக்கு இவளுக்கெ வாப்பாவுக்கெ கூட்டம் வராம இருந்தாலும்கூட குஞ்ஞு

---

* முக்காடு
* கைலி
* அவுலியாக்கள்

பாத்துமாக்கெக் கலியாணம் நடக்கத்தான் செய்யும். ஆன மக்காருக்க பொன்னு மவளுக்க பொன்னு மவளாக்கும்." அப்படியாக, விஷயம் முடியும்போது உம்மா அந்தப் பெண்களில் ஒருத்தியிடம் கேட்பாள்:

"நீ சொல்லு பெண்ணே?"

பெண்கள் சொல்வார்கள். இப்படியாகத்தான் குஞ்ஞு பாத்துமா ஊர் விஷயம் ஒன்றைக் கேள்விப்பட்டாள். குஞ்ஞு பாத்துமாவை அது கொதிப்படைய வைத்தது; கோபப் படுத்தியது; விசனப்படுத்தியது.

குஞ்ஞுபாத்துமா கேட்டுக் கொந்தளித்தச் செய்தி இதுதான்.

அக்கம்பக்கங்களிலும் அந்த ஊரிலுள்ள பெரும்பாலான வீடுகளிலும் நான்கும் ஐந்தும் வயதான நிறைய பிள்ளை களிருக்கின்றார்கள். ஒரு புதிய தலைமுறை அப்படியாக வளர்ந்து வருகிறது. இதில் குஞ்ஞுபாத்துமாவுக்கு எதிர்ப் பெதுவுமில்லை. ஆனால், அவர்களுடைய பெயர்கள்! அதுதான் குஞ்ஞுபாத்துமாவைக் கோபப்படுத்தியது. வெறும் சுமட்டுக் காரர்கள், மீன்பிடிப்பவர்கள், சாதாரண எரப்பாளிகள் – அவ்வளவு ஏன், ஊரிலுள்ள பெரும்பாலான எல்லா முஸ்லிம் வீடுகளிலும் ஒவ்வொரு குஞ்ஞுபாத்துமா இருக்கிறாள்; ஒவ்வொரு அடிமை இருக்கிறார்கள்; ஒவ்வொரு குஞ்ஞுதாச்சும்மா இருக்கிறார்கள்; ஒவ்வொரு மக்காருகூட இருக்கிறார்கள்.

சர்வலோக நாதாவே! என்ன செய்வது? வெட்கம், மானம் ஏதாவதிருந்தால்... அவர்கள், தங்களுடைய குழந்தைகளுக்கு வேறு பெயர்களை வைக்கக்கூடாதா? ஆனால், குஞ்ஞுபாத்து மாவுக்கு ஒரு பிரபஞ்ச ரகசியம் அப்போது புரிந்திருக்கவில்லை. பணமும் புகழும் உடையவர்களுடைய பெயரை இந்த இரண்டும் கெட்ட அன்றாடங்காய்ச்சிகளும் உபயோகிப்பார் கள். இது ஊர் வழமைதான். தனபாக்கியவான்களின் பெயரை ஏழை பாழைகள் வைத்துக்கொள்ளக் கூடாது என்று சட்ட மொன்றுமில்லை. ஒருவேளை இதன் மூலமாவது இவை இரண்டும் சித்தித்துவிடாதா என்கிற ஆசைதான்!

குஞ்ஞுபாத்துமாவுக்கு இது சரியாகப்படவில்லை. ஏனென்றால், அவள்தான் இந்த உலகத்தின் ஒரே குஞ்ஞு பாத்துமா. அவளுடைய வாப்பாதான் உலகத்தில் ஒரேயொரு வட்டன் அடிமை. அவளுடைய உம்மா உலகத்தின் ஒரே குஞ்ஞுதாச்சும்மா. அவளுடைய உப்பப்பாதான் உலகத்தின் ஒரே ஆன மக்காரு.

விஷயங்கள் இப்படியாக இருக்க, குஞ்ஞுபாத்துமா இதை யெல்லாம் பொறுத்துக்கொள்வதாக இல்லை. இதை அவள்

மற்றவர்கள் கேட்டுக்கொண்டிருக்கும்போதே உம்மாவிடம் சொன்னாள். சொன்னது மட்டுமல்ல, கோபத்தோடும் வருத்தத் தோடும் கேட்கவும் செய்தாள்.

"நம்ம பேரையெல்லாம் எதுக்கும்மா அதுவொ வெக்கிதுவோ?"

உம்மா சிரித்தாள். மற்றப் பெண்கள் அப்போது என்ன நினைத்தார்கள் என்று குஞ்ஞுபாத்துமாவுக்குத் தெரியாது. உம்மா சொன்னாள்:

"கெட்டிக் குடுக்கப்போற பெண்ணு, கேக்குதுதைப் பாரேன்?" என்று சொல்லியபடி அவளுடைய கன்னத்திலிருந்த கறுத்த மச்சத்தைத் தொட்டாள். அப்போது அவளுக்குப் புரிந்து விட்டது. நான்கும் ஐந்தும் வயதான இம்புட்டுப்போல பீக்கிறிக் குஞ்ஞுபாத்துமாக்களில் யாருக்கேனும் கன்னத்தில் இப்படிக் கறுத்த மச்சமிருக்கிறதா? கேள்விப்பட்டதே இல்லை. மற்ற பெண்களிடம் உம்மா இதைக் கேட்கவும் செய்தாள். "என்னத் துக்குப் புள்ளெ கறுத்த மரு இல்லை?"

உம்மா கேட்டாள்:

"அதுக்க நெறம் என்ன புள்ளெ?

கறுத்த மச்சத்தின் நிறம் கறுப்புதானே? குஞ்ஞுபாத்துமா சொன்னாள்:

"கறுப்பு."

உம்மா கேட்டாள்:

"உனக்க உப்பப்பாக்க ஆனெ என்ன நெறம்?" குஞ்ஞு பாத்துமா அந்த யானையைக் கண்டதில்லையென்றாலும் நினைத்துப் பார்த்தாள். பொதுவாகவே யானையின் நிறம் கறுப்புதானே? அவள் சொன்னாள்:

"கறுப்பு."

உம்மா கேட்டாள்:

"நீ என்ன நெறம்?"

குஞ்ஞுபாத்துமா நல்ல வெளுப்பல்லவா? அவள் சொன்னாள்:

"வெளுப்பு."

உம்மா கேட்டாள்:

"வெளுத்த ஒனக்கெக் கன்னத்துலெ கறுத்த மரு எப்புடி வந்துது?"

குஞ்ஞுபாத்துமாவுக்கு விஷயம் பிடி கிடைத்தது. பழைய பிரதாபம், ஐசுவரியம், வரலாற்றின் வெளிச்சம். எல்லா ரகசியங்களும் இதோ வெளிப்படையாகத் திறந்து கிடக்கின்றன. அவளுக்கு மகிழ்ச்சியும் பெருமிதமும் உருவானது. தங்களிடம், கிரீடமும் செங்கோலும் சிம்மாசனமும் பெரும் சாம்ராஜ்ஜியங் களுமிருந்தன என்பதுபோல். உம்மா சொன்னாள்:

"ஒனக்கெ உப்பப்பாக்கொரு ஆனெயிருந்துது."

உம்மா மிதியடியைத் தொட்டுவிட்டுச் சொன்னாள்:

"ஒரு பெரீய கொம்பானெ."

◐

2

இபுலீஸ் எனும் பகையன்

குஞ்ஞுபாத்துமாவின் திருமணத்திற்கான ஏற்பாடுகள் அப்படி ஜரூராக நடந்துகொண்டிருக்கும் காலத்தில் அவள் இரண்டு செய்திகளைக் கேள்விப்படுகிறாள்.

உப்பப்பாவின் அந்தப் பெரிய கொம்பானை ஆறு பேரைக் கொன்றிருக்கிறது. இதில் அவளுக்கு வருத்தம் தோன்றியது. யானையின்மீது கோபமும் வந்தது.

"குருத்துவம் கெட்ட ஆனெ" என்று சொல்லவும் செய்தாள். ஆனால், கோபம் அதிக நாட்களொன்றும் நீடிக்கவில்லை. யானை கொன்ற ஆறுபேர்களும் காஃபிரு யானைக்காரர்கள்தான். அது, ஒரு முஸ்லிமைக்கூடக் கொல்லவில்லை. இஸ்லாமான யானைக்காரர்கள் அதற்கு இருந்தார்களா என்று குஞ்ஞுபாத்துமாவுக்குத் தெரியாது. உம்மா சொன்னாள்:

"அது அசலான ஒரு ஆனெதான்."

ஏனென்று கேட்டால் உப்பப்பாவின் கையிலிருந்து அது பழமும் சர்க்கரையும் வாங்கித் தின்னும். உம்மா சொன்னாள்:

"உனக்க வாப்பா என்னெக் கலியாணம் கெட்ட வந்தது அந்த ஆனைக்கெ மேல ஏறியாக்கும்."

அதிசயம். குஞ்ஞுபாத்துமா நினைத்துக்கொண்டாள். என்னைக் கட்டிக்கொள்ள வருபவனும் . . . யானையின் மீதுதான் வருவானா? அவளை யாருக்கு . . . எதற்கு . . . கட்டிக்கொள்ள வேண்டும்? அப்படியெல்லாம் குஞ்ஞு பாத்துமா நினைத்துப் பார்க்கவே இல்லை. அவளைக் கட்டிக் கொடுத்ததும் வாப்பா, மக்காவில் ஹஜ்ஜுக்குப் போவார். அது அரேபியாவிலிருக்கிறது. அங்கே மக்கா வெனும் அந்தப் புனித தலத்தில்தான் முகம்மது நபி

பிறந்தார். அங்கே கஃபாவெனும் புனிதமான ஒரு வழிபாட்டில்லம் இருக்கிறது. இந்த உலகத்தின் முதல் பள்ளிவாசல் அதுதான். பண்டைய காலம் தொட்டே இருக்கிறது. இபுராகீம் நபிதான் அதைத் திருப்பணி செய்தார். குஞ்ஞுபாத்துமாவின் வாப்பா பள்ளிவாசல் எதையும் கட்டியதில்லை. ஹஜ்ஜு எனும் புனித கர்மத்தை நிறைவேற்றிவிட்டு வந்த பிறகு வாப்பாவை ஹாஜி வட்டன் அடிமை என்றோ வட்டன் அடிமை ஹாஜி என்றோ அழைப்பார்கள். குஞ்ஞுபாத்துமா கேட்டாள்:

"உம்மாயும் போறீங்களா?"

"எங்கே?"

"ஹஜ்ஜிக்கு."

"போவணும்."

அது ஒரு புதிய தகவலாக இருந்தது. குஞ்ஞுபாத்துமா சொன்னாள்:

"அப்பிடீன்னா ... என்னையும் கூட்டிட்டுப் போவணும்."

உம்மா சிரித்துவிட்டுச் சொன்னாள்:

"அதையெல்லாம் உன்னெக் கெட்டுதவங்கிட்ட சொல்லு."

அவளுக்கு வெட்கமாகப் போய்விட்டது. அவள் எதுவுமே பேசவில்லை. ஆனால், அவளைக் கட்ட வருபவன் யார்? சிறுவயதுக்காரனா, அல்லது வயதானவனா? கறுப்பனா, வெளுப்பனா? எதுவுமே அவளுக்குத் தெரியாது. ஆனால், யாரோ ஒரு ஆள் வருகிறார். அது யார்?

பெண்ணாகப் பிறந்தால் யாராவது ஒரு ஆணுக்குக் கல்யாணம் செய்து கொடுப்பார்கள். முகம்மது நபி, *சகாபிகள் காலம் தொட்டே நடந்து வருகிற வழக்கம்தான். அவர்களுக்கு முன்பும் இதுதான் வழக்கமாக இருந்திருக்க வேண்டும். பண்டு... பண்டு ... மனித குலத்தின் தொடக்கக் காலத்திலேயே ஆதம் நபி, ஹவ்வா பீவியைக் கல்யாணம் செய்துகொண்டார். ஆதம் நபிக்கும் ஹவ்வா பீவிக்கும் வாப்பா உம்மா கிடையாது. ஆகவே, அவர்களுடைய கல்யாணத்தை நடத்தி வைத்தது ரப்புல் ஆலமீனாகிய தம்புரான்தான். ஆதமும் ஹவ்வாவும் தான் இன்று உலகத்திலுள்ள எல்லாவருடையவும், இறந்து போனவர்களுடையவும் ... முதன்முதலிலுள்ள வாப்பாவும் உம்மாவும். அவர்களுக்கு முன் உலகில் மனித குலமே கிடையாது.

---

* தோழர்கள்

ஆதம் நபியும் ஹவ்வா பீவியும் எத்தனை கோடி ஆண்டுகளுக்கு முன்பு இந்தப் பூமியில் வாழ்ந்துகொண்டிருந்தார்கள் என்பதெல்லாம் குஞ்ஞுபாத்துமாவுக்குத் தெரியாது. ஆதம் நபிக்குப் பிறகு இந்த உலகத்தில் அனேகங் கோடி நபிமார்கள் வந்தார்கள்... அவர்களில் இருபத்தைந்துவரையிலான நபிமார்களைப் பற்றி மட்டுமே குர்ஆனில் குறிப்பிடப்பட்டிருக்கிறது. உலகத்திலுள்ள எல்லாப் பிரிவு மக்களுக்கும் ஒவ்வொரு தூதர் அனுப்பி வைக்கப்பட்டிருக்கிறார். இறை அறிவிப்பாளர்கள்: நூஹு, இபுராகீம், தாவூது, மூஸா, ஈஸா, முகம்மது ...

முகம்மது நபி இறுதியாக வந்த இறை அறிவிப்பாளர். இனி நபிமார்கள் வரப்போவதில்லை. முகம்மது நபியுடன் அதெல்லாம் நிறைவடைந்து விட்டது.

முகம்மது நபியின் மூத்த மகளாரின் பெயர், ஃபாத்திமா. ஆட்கள், பாத்தும்மா என்றும் சொல்வார்கள். ஃபாத்திமா பீவியை முகம்மது நபி, கலீஃபா அலிக்குக் கல்யாணம் செய்து கொடுத்தார்.

அலி, மிகப்பெரிய வீரதீரப் பராக்கிரமசாலியாக இருந்தார். அலியிடம் துல்ஃபக்கார் என்று சொல்லப்படும் ஒரு வாளிருந்தது. ரப்புல் ஆலமீனாகிய தம்புரானின் ஆணைப்படி அலி, அந்த வாளைக் கடலில் எறிந்தார். அது எல்லா மீன்களுடைய கழுத்துகளையும் அறுத்தது. மீனின் இருபுறமிருக்கும் செவிள் பகுதிகள் கீறியதுபோல் காணப்படுவது இதனால்தான். அன்று முதல்தான் மீன், இஸ்லாத்தில் *ஹலால் ஆனது. கலீஃபா அலிக்கு முன் பூமியின் நீர் நிலைகளிலெல்லாம் செவிளுள்ள மீன்கள் இருந்ததில்லையா? வாளைக் கடலில் எறிந்துவிடும்படி இறைவன் சொன்னதாக அல்லவா சொல்லப்படுகிறது? இறைவன் சொல்லியிருப்பானா? ஐதீகமாக இருக்கலாம். உண்மையெது, பொய்யெது? குஞ்ஞுபாத்துமாவுக்குத் தெரியாது. பள்ளிவாசலில் வைத்து முஸ்லியார்களுடைய *வஹ்ஸ் எனும் இரவுப் பிரசங்கங்களில் கேட்டதுதான். அதெல்லாம் உண்மை என்றுதான் உம்மா சொல்லியிருக்கிறாள்.

குஞ்ஞுபாத்துமா நினைத்துக்கொண்டாள். அவளைக் கட்டிக் கொள்ள வரும் பையன் பெரிய குஜாயியாக இருப்பானோ, ஒன்றுமே தெரியவில்லை. யாரிடம்போய் கேட்க முடியும்? ஒரே ஒரு விஷயம்தான் ... கிடைப்பதை வாங்கிக்கொள்ள வேண்டும். – இதுதான் பெண்ணாகப் பிறந்த ஒரு முஸ்லிமின்

---

* அனுமதிக்கப்பட்ட

* மார்க்கச் சொற்பொழிவு

கடமை. குஞ்ஞுபாத்துமா இதைப் புரிந்துகொண்டிருந்தாள். இது சம்பந்தமாக ரப்புல் ஆலமீனாகிய தம்புரானும் அவனுடைய ரஸூலாகிய முகம்மது நபியும் என்ன சொல்லியிருக்கிறார்கள்? பொருள் தெரியாது என்றாலும் அவள் குர்ஆன் ஓதியிருக்கிறாள். அவளுடைய வாப்பாவும் உம்மாவும் ஓதியிருக்கிறார்கள். அவளது உப்பப்பாவாகிய ஆனெ மக்காரும் ஓதியிருக்கிறார். அதில் என்ன சொல்லப்பட்டிருக்கிறது என்று யாருக்குமே தெரியாது. உலகத்திலுள்ள மரங்களையெல்லாம் எழுதுகோலாக்கி கடல்நீரையெல்லாம் மையாக்கி குர்ஆனின் பொருளை எழுதத் தொடங்கினால் ஒரு அத்தியாயம் எழுதி முடிவதற்குள் மரங்கள் தீர்ந்து போய்விடும்; கடல்நீர் வற்றிப் போய்விடும். குர்ஆன் ஒரு பரிசுத்தக் கிரந்தம். அதில் எல்லாமே இருக்கிறது. அதை எழுதியவர் மனிதரில்லை. அது, ரப்புல் ஆலமீனாகிய தம்புரான், இறைத் தூதரான ஜிபுரீல் எனும் மலக்கு வழியாக முகம்மது நபிக்குக் கொஞ்சம் கொஞ்சமாக அருளப்பட்டது. நபிக்கு நாற்பது வயதானபோது மக்காவின் அருகிலுள்ள குன்றில், ஹீரா குகையில் தியானத்திலிருக்கும் போதுதான் முதன்முதலாக ஜிபுரீல் எனும் இறைத்தூதர் வந்து சொன்னார். வாசிப்பீராக! எழுதவும் வாசிக்கவும் படியுங்கள். அதுதான் இறையருள் வசனங்களாகிய திருக் குர்ஆனின் தொடக்கம். நபிக்கு எழுதவும் வாசிக்கவும் தெரியாது. இருந்தாலும் நபியின் தாய்மொழியில்தான் குர்ஆன் அருளப்பட்டது. அது அரபுமொழி. நபிகளார் தனது சகாக்களுக்குச் சொன்னதை ஒட்டகத்தின் எலும்புகளான வெளுத்த கையிலும் ஈச்சை மரத்தின் ஓலைத் தண்டிலும் தோலிலுமெல்லாம் எழுதி வைத்தார்கள். அரேபியா என்றொரு தேசமிருப்பதாக குஞ்ஞுபாத்துமா கேள்விப்பட்டிருக்கிறாள். அங்கே மக்கா, மதீனா எனும் இரண்டு புனிதத் தலங்களிருக்கின்றன. மக்காவில்தான் முகம்மது நபி பிறந்தார். அவர் மரணமடைந்ததும் அடக்கம் செய்யப்பட்டிருப்பதுவும் மதீனாவில். அங்கேதான் முகம்மது நபியின் கபருஸ்தானிருக்கிறது. ஹஜ்ஜுக்குப் போகிறவர்கள் கபருஸ்தானுக்கும் போவதுண்டு.

வாப்பாவும் உம்மாவும் ஹஜ்ஜுக்குப் போகும்போது மதீனாவுக்கும் செல்வார்கள். அவர்களுடன் குஞ்ஞுபாத்துமாவும் போவதற்கு அவளைக் கட்டிக்கொள்ளவிருப்பவன் ஒப்புக்கொள்வானா? அவள் இப்படியாகச் சிந்தனை செய்தாள். இராப்பகலாக குஞ்ஞுபாத்துமா இதையே நினைத்துக் கொண்டிருந்தாள். அப்படியிருக்கும்போது ஒருநாள் வாப்பா மிகவும் கோபத்துடனிருப்பதை அவள் பார்த்தாள். வாப்பாவின் கண்கள் சிவந்திருந்தன. வாப்பா ஒரு மாதிரியாகச் சிரித்தார்.

“வெளையாடிப் பாக்குதானுவொ அவனுவொ.” வாப்பா சொன்னார்: “வட்டனடிமைட்டெயாக்கும் வெளையாடிப் பாக்குதானுவொ. படச்சவனோட, முத்து நபியோட, நேமிசக்காரங்களோட அனுக்கெரகமுள்ள வட்டனடிமைட்டெ வெளையாடினாக்கா அவனுவொ படிப்பானுவொ.”

என்ன விளையாட்டு என்று குஞ்ஞுபாத்துமாவுக்கு அப்போது விளங்கவில்லை. வாப்பாவின்மீது அவர்கள் மேலும் ஒரு வழக்கைத் தொடுத்திருக்கிறார்கள். இது, பள்ளிவாசலின் மேற்பார்வை சம்பந்தமானது. அவர்களுக்குச் சமுதாயத்தில் தலைவராக வரவேண்டும். அதுதான் பிரச்சினை. பள்ளி வாசலின் காரியங்களைப் பார்ப்பதற்கு வாப்பாவுக்கு உரிமை கிடையாதாம்.

பிறகு யாருக்காம் உரிமை? பள்ளிவாசலின் காரியக்காரர் தான் எங்கும் எப்போதும் ஊரின் முக்கியஸ்தர். இப்படி ஆக வேண்டுமென்றால் எப்போதுமே கை நிறையப் பணமிருக்க வேண்டும். குஞ்ஞுபாத்துமாவின் வாப்பாதான் ஊரிலேயே பெரிய பணக்காரர். ஒன்றுக்கு மேற்பட்ட பணக்காரர்களிருந் தால் பள்ளிக்காரியங்களில் தகராறுகளுமிருக்கும். சண்டையும் கொலைபாதகமும் நடக்கும். கேஸ் நடக்கும். பிறகு இதுதான் வேலையாகவுமிருக்கும். பள்ளிவாசல் இருக்கிற இடத்தில் எல்லாம் பெரும்பாலும் வழக்குகளும் நடக்கும். இதெல்லாம் இபுலீஸ் எனும் பகையன் செய்கிற வேலைகள்தான் என்பது குஞ்ஞுபாத்துமாவுக்குத் தெரியும். இபுலீஸ் மட்டும் இல்லாமலிருந் திருந்தால் உலகத்தில் எந்தவிதமான பிரச்சினைகளுக்கும் இடம் வந்திருக்காது. இபுலீஸ் என்கிற இந்தப் பகையன் யார்?

இபுலீஸ் எனும் பகையனைப் பற்றி குஞ்ஞுபாத்துமா முதலில் கேள்விப்பட்டது பள்ளிவாசலில் வைத்துத்தான். இது, அவள் பள்ளிவாசலுக்குத் தொழுவதற்குப் போனபோதல்ல. முஸ்லிம் பெண்கள், ஆண்களுடன் பள்ளிவாசலுக்குப் போய்த் தொழுவது கூடாது. அன்று அவள் பள்ளிவாசலுக்குப் போனது, வழக்கம்போல் வஹ்ஸ் எனும் இரவுப் பிரசங்கம் கேட்பதற்காகத் தான். ஒரு முஸ்லியார் வஹ்ஸ் சொல்கிறார். பள்ளிவாசலின் முன்புறம் பெண்கள் அமருவதற்காக ஓரமாக ஒரு பந்தலிடப் பட்டிருந்தது. அங்கே அமர்ந்திருந்தால் எதையுமே பார்க்க முடியாது. அந்தப் பந்தலில் அமர்ந்துதான் குஞ்ஞுபாத்துமா ஷைத்தானாகிய இபுலீஸ் எனும் பகையனைப் பற்றி அறிகிறாள். பள்ளிவாசல்களில் முஸ்லியார்கள் நடத்தும் இரவுப் பிரசங்கங் களிலிருந்துதான் முஸ்லிம் சமுதாயம் மத விஷயங்களைப் பெரும்பாலும் அறிந்துகொள்கிறது. முஸ்லியார் இராகத்துடன் இபுலீசைப் பற்றி சொன்னார். அவர் சொன்னது முழுவதுமே குஞ்ஞுபாத்துமாவுக்கு நல்ல நினைவிருக்கிறது.

இபுலீஸ் எனும் பகையன் முதலில் மிக முக்கியமான ஒரு மலக்காக இருந்தான். இறைத்தூதன்! அவன், ரப்புல் ஆலமீனாகிய தம்புரானின் திருச்சன்னிதியில், சுவர்க்கத்தில் அப்படியே வாழ்ந்துகொண்டிருக்கும் காலத்தில் ஒரு சம்பவம் நிகழுகிறது.

பூமியையும் மற்றுமுள்ள எல்லாவற்றையும் சிருஷ்டிப்பதற்கு முன்... ஐதீகம் இப்படியாகப் போகிறது... அனைத்துக்கும் முன்பாக அல்லாஹுு, முகம்மது நபியை ஒளியால் படைத்தான். இந்தத் தகவல் எங்கிருந்து கிடைத்தது? குர்ஆனில் இப்படியாக எதுவுமில்லை. முஸ்லியார்களிடம் யாருமே இதைக் கேட்டதில்லை. காதில் விழுந்ததை நம்பிவிடுகிறார்கள். எப்படியோ, ஒளியைப் படைத்த பின் அனந்த கோடி வருடங்கள் கடந்து போயின. அல்லாஹுு, பிறகு பூமியையும் நட்சத்திரங்களையும் சூரிய சந்திராதிகளையும் படைத்தான். அனைத்துப் பிரபஞ்சங்களையும் படைத்தான். முகம்மது நபியின் ஒளியின் மூன்று துளி வேர்வையிலிருந்து மற்ற ஜீவராசிகளைப் படைத்தான். இதில் ஆதிமனிதராக உருவானவர்தான் ஆதம் நபி.

முகம்மது நபியின் ஒளி, ஆதம் நபி வழியாக, கோடிக் கணக்கான தூதர்களின் வழியாக நூஹுு, இபுராகீம், மூஸா, ஈஸா ஆகிய நபிமார்களினூடே அப்துல்லாவின் முதுகை வந்தடைந்தது. அப்துல்லாவுக்கும் ஆமினாவுக்கும் மகனாகப் பிறந்தவர்தான் முகம்மது நபி என்பதாக ஐதீகம். இந்த ஐதீகம் எப்படி உருவானது? முகம்மது நபிக்கு என்ன விசேஷத் தன்மையிருக்கிறது? இந்தப் பூலோகத்தில் மனித குலம் உருவான பிறகு, ஏற்கனவே சொன்னதுபோல் கோடிக்கணக்கான தூதர்களின் வருகை நிகழ்ந்திருக்கிறது. இதில் ஒருவர்தான் முகம்மது நபி. நானும் உங்களைப் போன்ற ஒரு மனிதன் மட்டும்தான் என்று முகம்மது நபி சொல்லியிருக்கிறார். இதில் எந்த விசேஷத் தன்மையும் கிடையாது. அப்படியென்றால் இந்த ஆதி சிருஷ்டியின் ஐதீகம்? யாரிடம் போய்க் கேட்க முடியும்? முஸ்லிம்களில் மிக அதிகமான மக்கள் நம்புகிறார்கள். இப்படியே போகிறது. கேள்விகள் இல்லை; கேட்டதை நம்ப வேண்டும்; வாப்பாவும் உம்மாவும் குஞ்ஞுபாத்துமாவும் நம்புகிறார்கள்.

ஆதமைப் படைத்த இறைவன், ஜீவராசிகளிடமும், மலக்குகள், ஜின்னுகளிடமும் ஆதமை வணங்கும்படி பணித்தான். அதில் அந்த முக்கியமான மலக்கு மட்டும் வணங்குவதற்கு மறுத்தார். ஏனென்றால், மலக்குகளைச் சிருஷ்டித்திருப்பது தீயினால். மனிதரான ஆதம் நபி, மண்ணினால் படைக்கப்பட்டவர்.

மண்ணினால் படைக்கப்பட்டதைத் தீயினால் படைக்கப்பட்டது வணங்குவது முறையாகுமா? இதுதான் அந்த மலக்குகளின் தலைவன் முன்வைத்த வாதம். எதுவாக இருந்தாலும் அனுசரிக்க மறுத்த குற்றத்திற்காக ரப்புல் ஆலமீனாகிய தம்புரான் அந்த மலக்கைத் தண்டித்தான். சுவர்க்கத்திலிருந்து அவன் வெளியேற்றப்பட்டான்.

அவன்தான் ஷைத்தானாகிய, இபுலீஸ் எனும் பகையன்.

குஞ்ஞுபாத்துமாவுக்கு இபுலீசைப் பற்றி மேலும் சில தகவல்களும் தெரியும்.

முன்விரோதம் காரணமாகவே அவன் ஆதி மாதா பிதாக்களாகிய ஆதம் நபியையும் ஹவ்வா பீவியையும் பூமியில் வழி தவறச் செய்ய முயன்றான். அதன் பிறகு எல்லா ஜீவராசிகளையும் குறிப்பாக, முஸ்லிம் மக்களை வழி தவறச் செய்து காஃபிருகளாக்கி நரகப் பாவிகளாக்குவதற்குப் பாடுபட்டுக் கொண்டிருக்கிறான். அவன் பல வேடங்களில் வருவான். எல்லா மொழிகளிலும் அவன் பேசுவான். எல்லா உருவமும் அவனுக்குப் பொருந்தும். அவனுடைய பக்கத்தில் ஆட்கள் வேண்டும். இதுதான் அவனது நோக்கம். இதற்கொரு காரணமும் இருக்கிறது.

இது, குஞ்ஞுபாத்துமா தன்னுடைய வாப்பா சொல்லக் கேட்டது. இஸ்லாமானவனுக்கென்று தனியான ஒரு வேஷமிருக்கிறதல்லவா? ஆணாக இருந்தால் இடது புறமாக வேட்டியுடுத்த வேண்டும்; தலையை மொட்டையடித்துக் கொள்ள வேண்டும்; வயலுக்கு வரப்பு வைப்பதுபோல் தாடியை இருபுறமும் கத்தியால் மழித்துக்கொள்ள வேண்டும்; பெண்ணாக இருந்தால் காது குத்தி *அலுக்கத்து அணிய வேண்டும்; குப்பாயமிட வேண்டும்; தலையில் தட்டமிட வேண்டும்; முடியைச் சீவிக்கொள்ளலாம், ஆனால் உச்சி வகிர்ந்துகொள்ளக் கூடாது.

அண்மையில், இதற்கு மாறாக ஒரு முஸ்லிம் இளந்தாரிப் பையன் செயல்பட்டான். அவன் தலைமுடியை வளர்த்தினான். கிராப் வைத்துக்கொண்டான். போதாதென்று வகிர்ந்து வேறு வைத்துவிட்டான்.

வாப்பா அந்த வாலிபனைக் கூப்பிட்டு *ஒஸாவை வைத்து முடியை மழித்துவிட்டார். ஏனோ? முடியைப் படைத்தது

---

* பிறைவடிவ ஆபரணம்; அடுக்கடுக்காக அணியப்படுவது.

* முஸ்லிம் நாவிதர்.

யார்? அது எதற்காகப் படைக்கப்பட்டது? யாருமே கேட்க வில்லை. முடியை மழிக்க வைத்துவிட்டு வட்டன் அடிமை சொன்னார்:

“வட்டனடிமெக்கெ *ரூஹு கெடக்குத காலம்வரெ அந்தப் படச்சவனுக்கெ, முத்து நபிகளுக்கெ தொணையோட – இஸ்லாம் தீனை இல்லாமலாக்கச் சம்மதிக்க மாட்டேன்.”

ஏனென்றால், முடி வளர்த்து கிராப் செய்வது இபுலீசின் கூட்டத்தினர்தான். காஃபிருகள். ஆகவே, முஸ்லிம்கள் இதில் கவனமாக இருக்க வேண்டும். இபுலீஸ் தலையில் ஏறி அமர்ந்து கொள்வான். அதற்காகத்தான் தொப்பியணிந்து கொள்வது. தொப்பியில்லையென்றால் தலையில் துணியைச் சுற்றிக் கொண்டாலும் போதும். மட்டுமல்ல, தலைப்பாகை அணிந்து கொள்வது ஒரு கௌரவமான விஷயமும்தான். யோக்கியதை யுடன் சம்பந்தப்பட்டது.

ஆனால், வாப்பா தொப்பியணியவோ தலையில் துணி கட்டவோ மாட்டார். தொழுகையின்போது மட்டும் தலையை மறைத்துக்கொள்வார். மற்ற நேரங்களில் இபுலீஸ் வாப்பாவின் தலையில் ஏறி உட்கார்ந்திருப்பானா? அப்படியொரு சந்தேகத் திற்கே இடமில்லை.

வட்டன் அடிமையின் பக்கத்தில் வருவதற்கு இபுலீசுக்குத் தைரியமிருக்கிறதா?

எதுவாக இருந்தாலும் குஞ்ஞுபாத்துமா எப்போதுமே தலையை மறைத்துக்கொள்வாள். உம்மாவும் தலையை மறைப் பதுண்டு. முடியைச் சீவியொதுக்குவாள். ஆனால், காஃபிரிச்சி களைப்போல் வகிடெடுத்துக்கொள்ள வெல்லாம்மாட்டாள்.

முஸ்லியார்கள் இரவுப் பிரசங்கத்தில் சொல்லித் தந்தது போல் அவர்கள் அப்படியே வாழ்ந்து வருகிறார்கள். யாருக்கும் எந்த அறிவும் கிடையாது. எழுத்து வாசனை கிடையாது. கிரந்தங்களிருக்கின்றன. எல்லாமே அரபி மொழியில். முஸ்லியார் கள் அரபி மொழியைப் படித்தவர்கள். அவர்கள் சொல்லுவதை நம்ப வேண்டும். அவர்களை அனுசரித்து ஒழுக வேண்டும். அவர்கள்தான் சொல்லித்தருவார்கள். அவர்கள் சொல்லிக் கொடுத்த ஒரு விஷயத்தை வாப்பாவும் சொன்னார். அது பசியைப் பற்றியது. வாப்பா சொன்னார்.

ஆதி உயிரை சிருஷ்டித்த அல்லாஹு பின் அனைத்து ஜீவராசிகளுடைய ஆத்மாக்களிடமும் கேட்டான்:

---

* உயிர்

உங்கள் அனைவரையும் சிருஷ்டித்தது யார்?

அனைத்துமே சொல்லின:

எங்களுக்கென்று சிருஷ்டி கர்த்தாக்கள் யாருமே இல்லை.

இறைவன் அனைவரையுமே தண்டித்தான். அனேக விதமாகத் தண்டித்தான். நீண்ட நெடுங்காலம்வரை தண்டித் தான்.

இருந்தபோதும் யாருமே ஒப்புக்கொள்ளவில்லை.

கடைசியில் அனைவருக்கும் ரப்புல் ஆலமீனாகிய தம்புரான் பசியெனும் கடினமான தண்டனையை விதித்தான். இப்படியாக அன்று முதல் பசி உருவானது. அன்று, பசியெனும் தண்டனையை விதித்ததுமே எல்லாரும் ஒப்புக்கொண்டனர்.

எங்களை சிருஷ்டித்தவன், அல்லாஹு தஆலாதான்.

அன்றைய அந்த ஒப்புதல் பத்திரம் ஒரு கல்லினுள் வைக்கப்பட்டது. இனி அந்தக் கல், கியாமம் எனும் இறுதி நாளில் ஆத்மாக்களின்மீதான விசாரணையின்போது சாட்சியாக எடுக்கப்படும். அந்தக் கல்லின் பெயர்தான், ஹஜுருல் அஸ்வத். அந்தக் கறுப்புக்கல், மக்காவிலுள்ள கஃபாவிலிருக் கிறது. அந்தக் கல், கஃபாவை வலம் வரும்போது எண்ணிக்கை யைக் கணக்கில் கொள்வதற்காக வைக்கப்பட்ட வெறுமொரு கறுப்பு அடையாளக்கல் என்றும் சொல்லப்படுகிறது. எது வாயினும் ஹஜ்ஜுக்குப் போகிறவர்கள் அதைத் தொட்டு முத்தமிட்டுக்கொள்கிறார்கள். வாப்பாவும் உம்மாவும் அதைத் தொட்டு முத்தாமலிருக்க மாட்டார்கள். குஞ்ஞுபாத்துமாவால் ஹஜ்ஜுக்குப் போகவும் அந்தக் கல்லைத் தொட்டு முத்த மிடவும் இயலுமா? இதில் ஏதாவது பிரச்சினைகள் ஏற்படு மென்றால் அது இபுலீஸ் எனும் பகையனுடைய வேலையாகத் தானிருக்கும். இறைவனின் வலுமிக்க எதிரி அவன். மனித குலத்தைத் துர்மார்க்கத்திற்கு இட்டுச் செல்பவன். அழிவுக்கு... அவன் எப்போதுமே பிரச்சினைகளை ஏற்படுத்திக் கொண்டு தானிருக்கிறான்.

“ரப்புல் ஆலமீனான தம்புரானே!” குஞ்ஞுபாத்துமா பிரார்த்திப்பாள்: “இபுலீஸ் எனும் பகையனின் *ஷிர்க்கிலிருந்து எங்களைப் பாதுகாப்பாயாக!”

---

* முறைகேடு

3

எங்கே அந்த அகம்பாவத்துடன் திரிந்த மன்னவர்களும் மற்றவர்களும்

குஞ்ஞுபாத்துமா அலங்காரங்களுடன் அமர்ந்திருந்தாள். கையிலும் காலிலும் மருதாணியிட்டுச் சிவப்பாக்கி, கண்களில் சுருமா தீட்டிக் கறுப்பாக்கி எதிர்பார்ப்புடன் அப்படியே வாழ்ந்துகொண்டிருந்தாள்.

"வரப்போவது யார்?"

முதலிலெல்லாம் கல்யாணம் என்பது ஒரு தமாஷ் போல்தான் அவளுக்குத் தோன்றியது. வெற்றிலை போட்டு உதடுகளைச் சிவப்பாக்கி பெரிய மனுஷியாக லாம். காதுகளில் தங்க அலுக்கத்து அணியலாம். உம்மா வாப்பாவுடன் சேர்ந்து ஹஜ்ஜுக்குப் போகலாம். ஆனால் . . . வருகிற ஆணாகப் பிறந்தவன் இதற்குச் சம்மதிப்பானா?

ஆனால், கட்டிக்கொள்ள வரும் ஆணாகப் பிறந்த யாருமே ஆனை மக்காரின் அன்பான மகளது அருமை மகளுக்குப் பொருத்தமானவனாக இருக்கப்போவ தில்லை. சிலரிடம் பணம் பற்றாதென்றால் சிலரது கோத்திரம், அவ்வளவு காத்திரமானதல்ல.

அப்படியாக நாட்கள் நகர்ந்தன. நகர்ந்துகொண்டே இருந்தன. குஞ்ஞுபாத்துமாவுக்கு வயதும் ஏறிக்கொண்டே போனது. அப்படியிருக்கும்போது அவளுக்குள் சின்னதாக ஒரு ஆசை. அது மிகத் தெளிவாகவுமில்லை. மனதினுள் சிறு வருத்தம்போலவுமிருந்தது. வரப்போகும் ஆணாகப்

பிறந்தவனைக் கல்யாணத்துக்கு முன்பு ஒரு தடவை பார்க்க வேண்டும். சும்மா பார்த்தால் மட்டும் போதும்.

ஆனால், இந்த ஆசையை அவள் யாரிடமும் சொல்லவில்லை. இது ஒரு மோசமான ஆசையல்லவா? பெண்ணாகப் பிறந்த ஒரு இஸ்லாமானவளுக்குப் பொருந்துகிற ஆசையா இது? இருந்தாலும் இது நாளுக்குநாள் அதிகரித்துக்கொண்டே இருந்தது. வெறுமனே உட்கார்ந்து சொப்பனம் காண்பதைத் தவிர அவளுக்குச் செய்வதற்கு வேறு என்ன இருக்கிறது? வீட்டில் ஐந்தாறு வேலைக்காரிகள் இருந்தார்கள். வீட்டில் எப்போதுமே ஆரவாரங்கள்தான். இடையிடையே உம்மாவின் மிதியடியின் டொக்... டொக்... சத்தம் கேட்கும். இன்னொரு பக்கம் வாப்பாவின் மிதியடிச் சத்தம். அங்கே நிறைய ஆண்கள் வந்து கூடுவார்கள். அவர்கள் என்ன பேசுகிறார்கள்?

அவளால் புரிந்துகொள்ள முடிகிற விஷயங்களில்லை. கோர்ட்டுக் கச்சேரி, வக்கீல்கள், எதிர் சாட்சிகள், கைக்கூலி இப்படியாக என்னவெல்லாமோ பேசுவார்கள். சில நேரங்களில் அவளுடைய கல்யாண விஷயமும் அலசப்படும். அவளுடைய ஒவ்வொரு அணுவும் அதைக் கூர்மையாகக் கவனிக்க முயற்சி செய்யும். ஆனால், அவளால் அசைய இயலாது. குஞ்ஞுபாத்துமா அசைந்தால் இந்த உலகத்துக்கே தெரிந்துவிடும். அது அவளுக்கு வெட்கமாகப்போகும். அவள் மூச்சு விட்டால்கூட 'க்ளக்' என்று சத்தம் வரும். நடக்கும்போது சொல்லவே வேண்டாம். க்லோம், ச்லோம், ப்லோம் எனும் சத்த கோலாகலத்துடன் தான் நடப்பாள். இவ்வளவு அதிகமான ஆபரணங்கள் எதற்காக? யாரிடம் காண்பிப்பதற்கு? சில ஆபரணங்களைக் கழற்றி வைக்கலாம்தான். ஆனால், பெண் பார்க்க வருபவர்கள் எந்த நேரத்தில் வந்தேறுவார்கள் என்று தெரியாது. அப்போது தங்க நகைகள் குறைவாக இருப்பது ஒரு *அசிங்கமான விஷயமல்லவா?

வருகிற பெண்கள் அத்தனைபேரும் தங்கத்தில் மூழ்கி வருகிறார்கள். எல்லாருமே காரியக்காரிகள்தான். என்ன வெல்லாமோ கேள்விகளை அவர்கள் கேட்கிறார்கள். சந்தேகங்களின் சீர்வரிசை... சிலர் அவளுடைய வாயைத் திறந்து பார்த்தார்கள். பல்லின் எண்ணிக்கையெல்லாம் சரியாக இருக்கிறதா? இருப்பதைப் புழு அரிக்காமலிருக்கிறதா?

அவளது பற்களில் எந்தக் கேடுபாடுகளுமில்லை. எல்லாப் பற்களுமே சரியாகவும் அழகாகவுமிருந்தன.

---

* அசிங்கமான

வேறு சிலருக்கு குஞ்ஞுபாத்துமாவால் பேசமுடியுமா என்பதை அறிந்துகொள்ள வேண்டும். இதற்காக அவர்கள் ஒவ்வொருவரும் பல கேள்விகளைக் கேட்டார்கள்.

"நம்மளெயெல்லாம் படச்சவன் ஆரு?" ஒருத்தி கேட்டாள்.

குஞ்ஞுபாத்துமா சொன்னாள்:

"அல்லாஹு."

அனைத்துப் பிரபஞ்சங்களையும் எல்லா ஜீவராசிகளையும் சிருஷ்டித்தவன் அல்லாஹுதானே?

"கியாமத்து நாளின் அடையாளங்கள் என்னவெல்லாம்?"

உலகம் அழியும் நாளின் அறிகுறிகள் என்னென்ன என்பது தான் கேள்வி. இந்தப் பூலோகம் ஒரு நாள் அழிந்துபோகும். அதை முன்கூட்டியே அறிந்துகொள்வதற்கான சில அடையாளங்கள் தென்படும். அதை குஞ்ஞுபாத்துமா விவரித்துச் சொல்வாள்... கீழே இருப்பவர்கள் மேலே வருவார்கள். மேலே இருப்பவர்கள் கீழே போவார்கள். பொய்கள் பெருகும். இறை நம்பிக்கை இல்லாமலாகும். மதங்கள் அழியும். தாய் தந்தையர் சொல்லுக்குப் பிள்ளைகள் கீழ்ப்படிய மாட்டார்கள். குருவானவர்களை வணங்க மாட்டார்கள். பெரியோர்களைக் கேலி செய்வார்கள். பெண்களுக்கு அடக்கமும் பணிவும் இல்லாமல்போகும். யாருக்கும் யார்மீதும் மதிப்போ மரியாதையோ இருக்காது. யாரும் யாரையும் நம்ப மாட்டார்கள். அன்பு அழிந்துபோகும். பகை அதிகரிக்கும். மனங்கள் கடினமாகும். மன்னவர்களும் ஆட்சியாளர்களும் கொடூரக் குணமுடையவர்களாக மாறுவார்கள். உலகத்தை அடக்கியாளும் ஆசை அதிகரிக்கும். நாசகார ஆயுதங்களுடன் பயங்கரமான யுத்தம் வரும். ஆனாலும் உலகம் அழியாது. அழிப்பதற்கு அல்லாஹு ஒருவனால் மட்டுமே முடியும். கியாமம் நெருங்குவதற்குச் சில வருடங்களுக்கு முன் மனிதன் மறதி எனும் மகா வியாதிக்குள் சிக்கிக்கொள்வான்... அப்போது திடீரென்று ஒருநாள், சூரியன் உதித்து மனிதர்கள் அவரவர் வேலைகளுக்குப் போகத் தயாராக இருக்கும்போது உலக மக்கள் அனைவரும் கேட்கும்படியாக, பெருங்குரலில் நீண்ட தொரு முழக்கம் கேட்கும்.

"ஆகா... என்ன சத்தம் இந்த நேரம்?" என்று மக்கள் அதிர்ந்துபோவார்கள்... அதுதான் கடேசிக் காலத்தின் 'ஸூர்' எனும் முழக்கம்!

இஸ்ராஃபீல் என்கிற ஒரு மலக்கு முழக்குகிற கொம்போசை இது. அந்தக் கொம்பு உலகிலுள்ள அனைத்து ஜீவராசிகளின்

எண்ணிக்கைக்கேற்பத் துவாரங்களுடனிருக்கும்... இந்தப் பேரோசையைக் கேட்கும் மனிதர்கள் உலகின் நாலா பகுதி களிலும் தனித்தனியாக ஒன்று கூடி பதற்றத்துடன் கேட்பார்கள்.

"எங்கே இருந்து வருது இந்தச் சத்தம்?"

அந்தச் சத்தம் படிப்படியாக அதிகரித்து இடிமுழக்கம் போலாகும். உயிரினங்கள் பதற்றத்துடன் அங்குமிங்குமாக ஓடும். முழக்கம் மென்மேலும் பயங்கரமாகும். மனிதனும் மற்ற பிற ஜீவராசிகளும் ஒவ்வொன்றாகவும், கூட்டம் கூட்ட மாகவும் செத்து விழத்தொடங்குவார்கள். பூமி குலுங்கும். வெடித்துச் சிதறும். சமுத்திரங்கள் அனைத்தும் பெரும் பிரவாக மெடுத்து நாட்டுக்குள் புகுந்தேறும். குன்றுகளும் மலைகளும் இலட்சோப லட்சம் துண்டுகளாக வெடித்துச் சிதறும். கொடுங் காற்று உருவாகும். உலகத்திலிருந்து அக்னி, துளிக்கூட மிச்ச மில்லாமல் அணைந்து போகும். நட்சத்திரங்களும் சூரிய சந்திராதிகளும் குளிர்ந்து தகர்ந்து கரிந்துபோகும். எல்லாமே அழிந்துவிடும். கோள்களும் அண்டசராசரங்களும்... எதுவுமே மிஞ்சாது. அனைத்துமே தகர்ந்து தூள்தூளாகிப் பறந்துவிடும். எல்லையில்லாத சூனியம். சூனியம்... இறுதியில்... இறுதியில் ரப்புல் ஆலமீனாகிய தம்புரான் மட்டுமே எஞ்சியிருப்பான். அப்போது அல்லாஹு கேட்பான்:

"நான்... நான்னு சொல்லி அகம்பாவம் பிடிச்சித் திரிஞ்ச ராசாமாரும் மத்தவரும் எங்கே?"

சூனியம், மகாசூனியம்.

இந்த விதமாக அல்லாஹு, கோடானுகோடி யுகங்கள் தன்னந்தனியாகவே வாழ்வான்... மீண்டும் அவன் பூமியைப் படைப்பான். நட்சத்திரங்களும் சூரிய சந்திரர்களும் தோன்று வார்கள். எல்லா ஆன்மாக்களும் திரும்பவும் எழுப்பப்படும். பிறகு தண்டனை, விடுதலை... எல்லாவற்றையுமே குஞ்ஞு பாத்துமா விரிவாகச் சொல்வாள். அவளுக்கு இதெல்லாம் மனப்பாடம்.

இப்படியாகக் கேள்விகள் கேட்பதும், அவளைப் பரிசோதனை செய்வதும், பார்க்க வருவதும்... மகனுக்காக; அல்லது சகோதரனுக்காக.

அவளுக்கும் ஒரு குட்டி சகோதரனிருந்திருந்தால்... ஏதாவது வீடுகளில் ஒருதடவையாவது ஏறிச் சில கேள்விகளைக் கேட்டு பெரிய ஒரு காரியக்காரியாகி இருக்க முடியும். ஒரு முஸ்லிம் பெண்ணுக்குத் தெரிந்திருக்க வேண்டியதெல்லாம் அவளுக்கும் தெரியும். ராகமிட்டு அவள் குர்ஆன் ஓதுவாள். குர்ஆன், அல்லாஹுவின் வசனங்களல்லவா? அதைத் தொட வேண்டு

மென்றால் உடலைச் சுத்தம் செய்திருக்க வேண்டும். குளிக்க வேண்டும்; அல்லது ஒளு செய்ய வேண்டும். சில அரபு வார்த்தை களை உச்சரித்து கைகள், வாய், மூக்கு, முகம், காதுகள், உச்சந்தலை, கால்கள் இத்தனையும் மும்மூன்று தடவை சுத்தமான நீரால் கழுவ வேண்டும். அப்புறம், அவளுக்குத் தொழுவதற்குத் தெரியும். ஸுபுஹு, ளுஹர், அஸர், மஃரிபு, இஸா. இப்படியாக ஐவேளைத் தொழுகை. பார்வைக்குட்படாத படைத்தவனின்முன் நின்று பிரார்த்தனை செய்தல். இத்துடன் இஸ்லாத்தினுடைய காரியங்களும் ஈமானுடைய காரியங்களு மெல்லாம்கூட அவளுக்குத் தெரியும். அவளை யாராலும் தோற்கடிக்க முடியாது. பெண் பார்க்க வந்திருந்தவர்களில் ஒரு காரியக்காரி கேட்டாள்:

"ஆயிஷா வீவி ஆரு புள்ளெ?"

குஞ்ஞுபாத்துமா சொன்னாள்:

"முத்து நபிக்கெ பெஞ்சாதி."

முகம்மது நபியின் மனைவியருள் ஒருவர் ஆயிஷா பீவி.

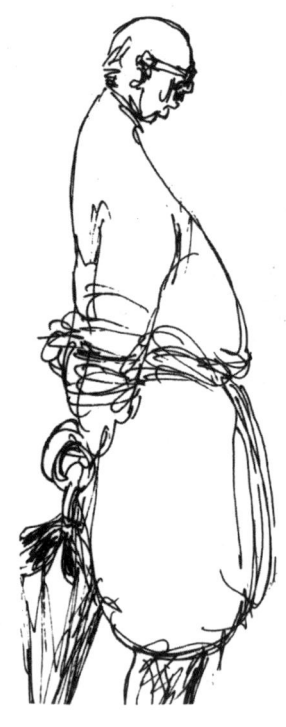

"ஆயிஷா வீவி காது குத்தியிருந்தாங்களா?"

"குத்தியிருந்தாங்கோ."

"எத்தனெ அலுக்கத்துப்போட்டிருந்தாங்கோ?"

குஞ்ஞுபாத்துமா சொன்னாள்:

"சொர்க்கத்துலே இருந்து ஜிபுரீல் (அலைஹிவஸலாம்) ஒரு கொத்து, முத்து கொண்டு வந்து ரஸூல் ஸல்லல்லாஹி அலைஹிவஸல்லம் கையிலெ குடுத்தாங்கோ. முத்து நபி, அதை ஆயிஷா வீவிக்கெ காதுலெ போட்டாங்கோ."

குஞ்ஞுபாத்துமாவின் காதுகளில் முத்து, கொத்தாகக் கிடக்கவில்லை. இரண்டு காதுகளிலும் சேர்த்து இருபத்தொரு தங்க வளையங்கள் கிடந்தன. அதில் ஒவ்வொன்றிலும் மெல்லிசாக இருபத்தொரு சிறு அரசிலைகள். காற்றுப்படும் போதெல்லாம் அவை சிறு சத்தத்துடன் அசையும்.

அவளுடைய மேல் காதில் இரண்டு பொன் தக்கைகள் கிடந்தன. அதிலும் இரண்டு பொன்னரசிலைகள் தொங்கின. கழுத்தில் தங்க ஆபரணங்களுடன் ஒரு தடித்த தங்கப் பீச்சங் காய். உம்மாவின் கழுத்தில் கிடப்பதுபோல் தாலிப்பூட்டில்லை. அது, திருமணத்திற்குப் பிறகு இடப்படுவது. அவளது கைகளில் தங்கக் கிலுக்காம் வளையல்கள் கிடந்தன. விரலில் மோதிர மிருந்தது. அது, வாப்பா அணிந்திருப்பதுபோல் ஐம்பொன்னா லானதல்ல. இஸ்லாமான ஆணாகப் பிறந்தவன் தனித் தங்கம் அணியக் கூடாது.

குஞ்ஞுபாத்துமாவின் விரலிலுள்ள மோதிரம் கட்டித் தங்கத்தாலானது. ஆனைக்கண் மோதிரம். அவளுடைய இடுப்பில் தங்க அரைஞாணும் கிடந்தது. அதில் நிறைய ஏலசுகளும் குணுக்குகளும் கிடந்தன. அவளுடைய கால்களில் கிடந்த பொகடான, பொந்தன்பொன் தண்டைகளுமிருந்தன. நடக்கும் போது இதிலிருந்துதான் அதிகமான சத்தம் வரும். அதனுள் என்ன இருக்கிறதென்று அவளுக்குத் தெரியாது. தங்கத் துணுக்கு களோ மண் பரல்களோ... எதுவோ இருக்கும்.

அதுதான் நடக்கும்போது சத்தமெழுப்புகிறது.

அவள் வெறுமனே உட்கார்ந்திருப்பாள். பசி வராமல் உண்பாள். தூக்கம் வராமல் படுப்பாள்.

அந்தப் பெரிய கட்டடத்தின் நடு முற்றத்தில் நிலா வெளிச்ச முள்ள இராத்திரிகளில் அவள் அப்படியே நின்றிருப்பாள். மனதில் மெல்லியதான ஒரு வேதனை படர்ந்திருக்கும். காரணம் என்ன? குஞ்ஞுபாத்துமாவுக்குத் தெரியாது. அவள் நினைத்துக் கொள்வாள். சும்மா அப்படித் தோன்றுகிறதாக இருக்கலாம்.

அவளுக்குத் தேவையான எல்லாமே இருக்கிறது. இருந்தும் அவள் நட்சத்திரங்கள் நிறைந்த ஆகாயத்தைப் பார்த்துப் புன்னகைக்க முயற்சி செய்யும்போது உம்மா உள்ளே வரச் சொல்லி அழைப்பாள். அங்கே அப்படி நிற்கக் கூடாது. யாராவது பார்ப்பார்களில்லையா?

"ஆகாசத்துலே யாரும்மா?"

உம்மா சொல்வாள்:

"இஃப்ரீத்தும் ஜின்னும் ஷைத்தானும்."

ஆகாயத்தினூடே பறந்துபோகும் அரூப உயிர்கள் ஏதாவது அவளைப் பார்த்துவிட்டால்?

நாம் பார்ப்பதுபோல் ஆகாயம் வெறும் சூனியமொன்று மில்லை. மலக்குகள், ஜின்னுகள், இஃப்ரீத்துகள் ஷைத்தான் – மட்டுமல்ல, இபுலீஸ் எனும் பகையனும் ஆகாயத்தில் பறந்து செல்வான். அப்படியே போகிற போக்கில் குஞ்ஞுபாத்து மாவைப் பார்த்துவிட்டால் – சிலதுகள் மோகம் மேலிட்டு அவளது உடலில் கூடியும் விடலாம்.

அவள் உள்ளே வருவாள்.

மனிதர்களோ, மலக்குகளோ, ஜின்களோ யாராவது அவளைக் காண்பதில் அவளுக்கு எதிர்ப்பெதுவுமில்லை. இருந்தாலும் அவள் முஸ்லிம் பெண்ணல்லவா?

அவளொரு கைதி. காற்றும் வெளிச்சமும் அவளுக்குத் தேவையில்லை. அவள் உள்ளுக்குள் திணறுகிறாள். குப்பாயங்கள் பொருந்தாமலாகின்றன. அவள் ஏதேதோ கனவுகள் கண்டு விழித்துக்கொள்கிறாள். யாரிடமும் சொல்லக்கூடியதுமல்ல. அவளது ஒவ்வொரு அணுவையும் அது சூடுபடுத்துகிறது. இப்படியாக குஞ்ஞுபாத்துமா கனவுகளினூடே தனது இருபத் தொன்றாவது வயதுக்கு வந்து சேர்ந்தாள். அதற்குள் அவளது வாழ்க்கையில் விரும்பத்தகாத சில சம்பவங்கள் நிகழ்ந்திருந்தன.

அவளுடைய தங்க நகைகளையெல்லாம் வாப்பா கழற்றி யெடுத்திருந்தார். உம்மாவின் தங்க நகைகளையும் எடுத்துக் கொண்டார். எல்லாவற்றையும் எடை போட்டு விற்று வழக்கு நடத்திக்கொண்டிருந்தார்.

குஞ்ஞுபாத்துமாவின் காதுகளும் கழுத்தும் இடுப்பும் கை கால்களும் மூளியாகக் கிடந்தன. வாப்பாவும் அவரது பரிவாரங ்களும் எப்போதுமே கோர்ட்டில்தான். வழக்கு நடக்கிறது. கடைசியில், வாப்பா ஒரு முடிவுக்கு வந்து சேர்ந்தார், வழக்கின் தீர்ப்பு வாப்பாவுக்குப் பாதகமாக வந்தபோது.

அவமானமும் தோல்வியும். இப்படியாக அவர் போக வேண்டியதாயிற்று.

எங்கே?

ஒரு அந்திப்பொழுது. அன்று நிலவு சீக்கிரமாகவே உதித் தெழுந்தது.

பிறந்து வளர்ந்த வீட்டிடம் குஞ்ஞுபாத்துமா கடைசியாக விடைபெற்றாள். அவர்கள் புறப்பட்டார்கள். வாப்பா, முன்னால் நீண்டு நீண்டு நிமிர்ந்து நடக்க, பின்னால் உம்மா கண்ணீருடன் தலை குனிந்து நடந்தாள். இரண்டு பேருக்கும் பின்னால் எவ்வித பாவ பேதமுமில்லாமல் குஞ்ஞுபாத்துமா. ஆட்கள் பார்த்துக்கொண்டிக்கவே வழிப்பாதையில் அவர்கள் இறங்கினார்கள். பள்ளிவாசலின் அருகிலூடே அவர்கள் ஆற்றங் கரையை அடைந்தார்கள்.

உலகத்தில் எதுவும் நிகழவில்லை. ஆனால், அவர்களது கடந்தகாலமும் நிகழ்காலமும் எதிர் காலமும் தகர்ந்துபோய் விட்டன. இருந்தாலும்... நிலவொளியில் நதியும், மணல் பரப்பும் தெளிவாகத் தெரிந்தன... ஆட்கள் குளித்துக்கொண் டிருந்தார்கள்... சிலர், மணல்பரப்பில் கூடி மகிழ்ச்சியுடன் சிரித்துப் பேசிக்கொண்டிருந்தார்கள்... உலகத்தில் எதுவுமே நிகழவில்லை. ஆனால், வட்டன் அடிமையின், மனைவியின், மகளின் வாழ்க்கை முழுவதுமாகத் தகர்ந்துபோயிருந்தது.

உலகத்தில் எதுவுமே நிகழவில்லை.

குஞ்ஞுபாத்துமா, உம்மா வாப்பாவின் பின்னால் எங்கே என்று தெரியாமல் நடந்துகொண்டிருந்தாள். அவளுடைய கால்கள் வலித்தன. உடல் தளர்ந்தது. இருந்தாலும் அற்புதங்கள் நிறைந்த உலகம்தான். ஆள் சஞ்சாரமற்ற பெருவழி.

நிலவினூடே அவள் தாய் தந்தையரின் பின்னால் நடந்து கொண்டிருந்தாள். இலக்கு எது? இந்த இரவு முடியாதா?

○

4

இரண்டு பழைய மிதியடிகள்

குஞ்ஞுபாத்துமாவின் மனதில் கரை கடந்த மகிழ்ச்சி. பகையுணர்வோ எதிர்ப்போ, ஏதோ ஒரு மனத்திருப்தி. நிகழ்ந்திருப்பது மிகப்பெரிய விபத்துதான். இருந்தாலும் மனிதர்களைப் பார்க்கலாம்; சுத்தமான காற்றைச் சுவாசிக்கலாம்; சூரிய வெளிச்சத்தின்கீழ் நிற்கலாம்; நிலவொளியில் மூழ்கலாம்; ஓடலாம், குதிக்கலாம், பாடலாம், பாட்டெதுவும் தெரியாது, இருந்தாலும். எல்லாவற்றிற்கும் அவளுக்குச் சுதந்திரமிருந்தது. மலக்கு, ஜின்னு, இஃப்ரீத்து, இன்ஸ். யார் வேண்டுமானாலும் வரட்டும்.

ஆச்சரியமென்றுதான் சொல்ல வேண்டும். யாருமே வரவில்லை. பணமில்லாதவர்களை யாருக்கு வேண்டும்?

இந்த நம்பிக்கையில் குஞ்ஞுபாத்துமாவால் உறுதியாக நிற்கவும் முடியவில்லை. பணமில்லையென்றாலும் அவளிடம் இளமையிருந்தது. அழகிருந்தது. ஒரு சில ஆண்கள் அவள்மீது ஆர்வம் காட்டத் தொடங்கியிருந் தார்கள். சிலர் அவளைப் பார்த்துக் கண் ஜாடை காட்டி னார்கள். சிலர் நாணயங்களைக் காட்டினார்கள்.

இதெல்லாம் நல்லதுக்கல்ல என்பது அவளுக்குத் தெரியும். நாசத்தை நோக்கிய அழைப்புகள். இவர்களையெல்லாம் என்ன செய்வது? அவள் யாருடைய கவனத்திலும் படாமல் புளியமரத்தினடியில் வந்து அமர்ந்து கொள்வாள். அல்லது அல்லி மலர்த்தடாகத்தினருகில்.

அது ஒரு கரு நீல, இருளடர்ந்த நீர்ப்பரப்பு. ஏராளமான சிவப்பும் வெள்ளையுமாய் அல்லிமலர்கள். நீர்ப்பரப்பில் படர்ந்து கிடக்கும், பளபளப்பும் பச்சை நிறமும் வட்ட வடிவமுமான இலைகள். அடர்ந்து விரிந்து நிற்கும் பூக்களைத் தழுவிக்கொண்டு வரும் குளிரிளங்காற்று.

அவள் அப்படியே அமர்ந்திருப்பாள். முடிவில்லாத ஆகாயம்; பெரிய உலகம்.

வீடு பக்கத்தில்தான். அதுதான் நம்முடைய வீடு என்று குஞ்ஞுபாத்துமாவுக்கு இன்னும் தோன்றத் தொடங்கவில்லை. தோலுரித்ததுபோல், வெறும் செங்கல்லினாலான ஒரு பழைய சிறு வீடு. இரண்டு கூடங்களும் ஒரு சமையல் அறையுமிருந்தன. வைக்கோல் வேயப்பட்ட கூரை. அதில், தளிர்விட்டிருந்த கதிர்கள் இடையிடையே பச்சையாகத் தெரிந்தன.

வீட்டினுள் சாமான்களும் அதிகம் கிடையாது. இரண்டு மூன்று பாய்களும் தலையணைகளும். எல்லாருடைய துணிகளையும் வைப்பதற்கான ஒரு பெட்டி. அப்புறம் இரண்டு மூன்று மண்ணெண்ணெய் விளக்குகள்.

சமையலறையில் இரண்டு மூன்று மண் குடங்களும் சில கறிச்சட்டிகளும். உண்பதற்கும் கஞ்சி குடிப்பதற்கும் பயன்படுகிற தொப்பிச்சட்டிகளுமிருந்தன.

தின்பதற்கும் குடிப்பதற்கும்கூடச் சிரமம்தான்.

பழைய வீட்டிலிருந்து எதையுமே எடுத்துக்கொண்டு வராமல் வெறுங்கையுடன் அல்லவா இறங்கி வந்தார்கள்? ஆனால், உப்பப்பாவின் அந்தப் பெரிய, யானையின் கொம்பினால் செய்யப்பட்ட, குமிழ் வைத்த அந்த இரண்டு மிதியடிகளையும் உம்மா எப்படியோ கொண்டு வந்துவிட்டாள். வரும்போது அது உம்மாவின் கையிலிருந்ததா என்பது குஞ்ஞுபாத்துமாவுக்கு நினைவில்லை.

அந்த மிதியடியின்மீதுதான் உம்மா நடந்தாள். உம்மாவுக்கு எப்போதும் எதையாவது பேசிக்கொண்டே இருக்க வேண்டும். வாய் நிறைய வெற்றிலையும் வேண்டும்.

வாப்பா வெற்றிலை போடுவதை நிறுத்திவிட்டார். வாப்பாவின் முடியெல்லாம் திடீரென்று நரைத்துப்போய் விட்டது. அதிகமாகப் பேசுவதுமில்லை. இலக்கில்லாமல் ஏதோ சூனியத்தை வெறித்துப் பார்த்துக்கொண்டிருப்பார். நினைத்துப் பார்ப்பதற்கும் நிறையவே இருக்கிறதல்லவா? மாபெரும் சாம்ராஜ்ஜியம் தகர்ந்துபோன நினைவுகள்.

“அதெல்லாம் படச்சவனுக்கெ, முத்து நபிக்கெ, நேமிசக்காரங்களுக்கெ விதிபோலெ.” வாப்பா சொல்வார்: “ஒரு நேரத்தைய *நிஸ்காரத்தையும் நான் மொடக்குனது கெடையாது. ஒரு ஒத்தை நோம்பையும்கூட நான் விட்டதும் கெடயாது.”

* தொழுகை

பிறகு இதெல்லாம் ஏன் நிகழ்ந்தது? குஞ்ஞுபாத்துமாவுக்குப் புரிந்துவிட்டது. எதுவுமே நடக்கவில்லை. அப்படியே நடந்திருந் தாலும் அதற்கான குற்றவாளி யார்? வாப்பாவைக் குற்றம் சொல்வதற்கும் அவளுக்கு மனமில்லை. உம்மாவையும், மாமிமார்களையும், மாமாமார்களையும் குற்றவாளிகளாக அவளால் பார்க்க முடியவில்லை. புனித குர்ஆன் மீது ஆணை யிட்டுப் பொய் சாட்சி சொன்ன பெரிய மனிதர்களை மட்டும் எப்படிக் குற்றம் சொல்லிவிட முடியும்? மனிதர்களில் யாரையுமே குஞ்ஞுபாத்துமாவால் குறை சொல்ல முடிய வில்லை. உண்மையான குற்றவாளி ஷைத்தானாகிய இபுலீஸ் எனும் பகையன்தான்.

குஞ்ஞுபாத்துமா தினமும் பிரார்த்திப்பாள்:

"ரப்புல் ஆலமீனான தம்புரானே, இனிமேலாவது எங்களை இபுலீஸ் எனும் பகையனிடமிருந்து பாதுகாப்பாயாக."

வேறு என்ன செய்ய முடியும்? அவனால் பெரிய தொந்தரவாகப்போய்விட்டது. அவன் செய்த வேலை இதுதான்:

குஞ்ஞுபாத்துமாவின் வாப்பா, கைவசம் வைத்து அனுபவித்துக் கொண்டிருக்கும் தென்னந்தோப்புகளும் வயல்களும் வாப்பாவுக்கு மட்டும் சொந்தமானதல்ல. அந்தப் பெரிய வீடும் மற்றவைகளும் வாப்பாவுக்கும் வாப்பாவின் ஏழு சகோதரிகளுக்கும் சேர்ந்து உரிமைப்பட்டதாகும்.

"ராவோடு ராவா உம்மாவெக் காளை வண்டியிலெ ஏத்தி கச்சேரியிலெ கொண்டுபோயி எங்கக் கூடப்பெறந்த வனான வட்டனடிமெ, எங்களுக்கும் சேந்து உரிமைப்பட்ட தான வஸ்துக்களெ உம்மாட்டேருந்து எழுதி வாங்கிட்டாரு" என்று ஏழு மாமிமாரும் சேர்ந்து வாப்பாவின்மீது வழக்குப் தொடர்ந்துவிட்டார்கள்.

"அது எஞ்செல்ல உம்மா எனக்கு எழுதித்தந்ததுதான்" என்று குஞ்ஞுபாத்துமாவின் வாப்பா வாதித்தார். வழக்கு பல வருடங்கள் நடந்தது. இரண்டு பக்கமிருந்தும் ஏராளமான பணம் செலவானது. திறமையான வக்கீல்கள் வழக்கை நடத்தி னார்கள். வழக்கு வெற்றி பெறுவதற்காக இரண்டு பிரிவினர் களும் எல்லாப் பள்ளிவாசல்களுக்கும் நேர்ச்சைகள் நேர்ந் தார்கள். புனிதர்களின் கபருஸ்தான்களுக்குச் சென்று பிரார்த் தனை செய்தார்கள். பணம் கொடுத்தார்கள். பள்ளிவாசல் களில் கொடிக்கட்டும் சந்தனக்குடமும் நடத்தினார்கள். கூடவே இரண்டு பக்கமிருந்தும் மாபெரும் யோக்கியர்கள் பலர் பொய் சாட்சிகளாக முன்வந்தார்கள். வழக்கு அப்படியே வட்டன

டிமைக்கு தான் சாதகமாகப் போய்க்கொண்டிருந்தது. அப்போது தான் அந்தப் பிரச்சினை மேலெழுந்து வருகிறது.

வட்டனடிமையின் உம்மாவுக்குத் சித்த பிரமையிலிருந்தது. சுய போதத்துடனல்ல, அவள் அதை எழுதிக் கொடுத்தது. ஆனால், மரித்து மண்ணுக்குள் போய்விட்ட அந்த உம்மாவை எழுப்பி அழைத்துக்கொண்டு வந்து சாட்சிக் கூண்டில் ஏற்றி விசாரணை செய்யவும் முடியாது. எனவே, சாட்சிகள் தேவைப்பட்டார்கள்.

“வட்டனடிமைக்கெ உம்மாக்குத் சித்த பிரமை இருந்தது உள்ளதுதான்.”

அவர்கள் அப்படிச் சொன்னது உண்மையோ பொய்யோ? எதுவாக இருந்தாலும் வட்டனடிமையின் உம்மாவின் சொத்தில் வட்டனடிமையின் சகோதரிகளுக்கு உரிமையில்லையா? குழப்பம் பிடித்த அந்த வழக்கைப் பற்றியெல்லாம் குஞ்ஞு பாத்துமாவுக்குப் பெரிய அளவில் எதுவுமே தெரியாது. எல்லாமே ஷைத்தானாகிய இபுலீஸ் எனும் பகையன் செய்கிற வேலைகள் தான் என்பது மட்டும் அவளுக்குத் தெரியும். எதுவாயினும், வழக்கில் வாப்பாவுக்குப் எதிராகத்தான் தீர்ப்பு வந்தது. பள்ளிவாசல் காரியக்காரர் வழக்கிலும், உம்மாவுக்குத் சித்த பிரமை வழக்கிலும் சேர்த்து ஏராளமான சொத்துக்கள் கடனில் மூழ்கிவிட்டன. கடைசியில் வாப்பாவுக்கு மிஞ்சியது, வழியோரத்தில் கிடந்த அந்த இடம் மட்டும்தான்.

அதில், வைக்கோல் வேய்ந்த ஒரு சிறு வீடும், நான்கு கமுகு மரங்களும், ஒன்பது தென்னை மரங்களும், ஒரு கிணறும், ஒரு வாளம் புளிய மரமும், ஓரத்தில் ஒரு அல்லி குளமுமிருந்தன. அதை முதன்முதலாகக் கண்டபோது குஞ்ஞுபாத்துமாவுக்கு மிகவும் மகிழ்ச்சியாக இருந்தது. அல்லிக் குளத்தை அப்போது தான் அவள் முதன்முதலாகப் பார்க்கிறாள். சிவப்பும் வெள்ளையுமாக நிறைய பூக்கள். அதையெல்லாம் அவள் ஒவ்வொன்றாக எண்ணுவாள். ஒரு ஓரத்திலிருந்து எண்ணி முடிவதற்குள் உம்மாவோ வாப்பாவோ எதற்காவது கூப்பிட்டுவிடுவார்கள். ஒருபோதுமே அவளால் அவற்றை எண்ணி முடிக்க முடியவில்லை. பூக்களெல்லாம் மிகவும் அழகழகாக இருக்கும். ஆனால், அதன் அழகில் ஒரு பயங்கர முமிருந்தது . . . ஏனோ ஒரு பதற்றமும் . . . எதுவுமே தெளிவாக இல்லை.

அங்கே ஒரு சம்பவம் நடந்தது. அதன் பிறகு, அவள் குளிக்கப்போவது பக்கத்துத் தோப்பிலுள்ள கிணற்றில். அதன் அருகில் ஒரு கட்டடமுமிருந்தது. அங்கே ஆட்கள் யாரும்

கிடையாது. குளிக்க வருபவர்களில் யாராவது கொஞ்ச நேரம் அதில் தங்கியிருப்பார்கள். அப்போதெல்லாம் குஞ்ஞுபாத்துமா அந்தப் பக்கம் போகவே மாட்டாள். அந்தக் கிணற்று நீர் நல்ல குளிர்ச்சியுடனிருக்கும். பக்கத்திலுள்ள ஒரு மலர்ப் பந்தலில் முல்லை மலர்கள் படர்ந்திருந்தன. அதில் நிறைய வாசமுள்ள மலர்கள். அவள் ஒவ்வொரு பூக்களாகப் பொறுக்கி யெடுப்பாள். ஆனால், தலையில் சூடிக்கொள்வதில்லை. இஸ்லாமியப் பெண்கள் தலையில் பூ வைத்துக்கொள்ளலாமா என்பது பற்றியெல்லாம் தெரியாது. ஆனால், அவளுக்கு முல்லைப்பூ பிடிக்கும். வெறுமனே அமர்ந்து வாழை நாரில் அதை மாலையாகக் கோர்ப்பாள். அங்கே அமர்ந்திருப்பதிலும் ஒரு சுகமிருந்தது. யாருமே இருக்கமாட்டார்கள்; எந்த அசைவு களுமிருக்காது. எதிர்ப்புறமிருந்த தாழ்ந்த பகுதியில் ரோடிருந்தது. அதன் மறுபுறம் நெல் வயல்கள்; அதையும் கடந்து தொலைவில் ஒரு ஆறு ஓடுகிறது. அதில் போய் குளிக்கவேண்டுமென்றால் பொது வழியாகத்தான் போக வேண்டும். கல்யாண வயதைக் அடைந்திருக்கும் ஒரு முஸ்லிம்பெண் எப்படிப் பொது வழியில் நடக்க முடியும். வீட்டிலுள்ள கிணற்றில் எந்தவிதமான ஒளிவோ மறைவோ கிடையாது.

ஆகவே, ஒரு நாள் குஞ்ஞுபாத்துமா முடிவு செய்தாள்: அல்லி மலர்க்குளத்தில் குளிக்கலாம். யாருமே இருக்கமாட்டார் கள். அது மத்தியானத்திற்குப் பிந்திய நேரம். நல்ல வெயில். அவள் சுத்தமான ஒரு துண்டுடன் கிளம்பினாள். குப்பாயத்தை ஒரு வழியாகக் கழற்றி புல் படர்ப்பிலிட்டாள். பிறகு துண்டை உடுத்திக்கொண்டு வேட்டியை அவிழ்த்து குப்பாயத்தின்மீது போட்டாள்.

சாவகாசமாக அவள் நீரிலிறங்கினாள். மார்புப் பகுதிவரை நீருக்குள் அமிழ்ந்ததும் அப்படியே மூழ்கினாள். தொடர்ந்து இரண்டு மூன்று தடவை மூழ்கியெழுந்து உடலை அழுக்குப் போகத் தேய்க்கத் தொடங்கினாள். எதேச்சையாகத்தான் அப்போது தண்ணீரைப் பார்த்தாள்: சுருங்கியும் விரிந்தும் சின்னதாக ஏதோ ஒன்று அவளது அருகில் வந்துகொண்டிருந்தது.

“படச்சவனே, கன்னட்டெ.”

குஞ்ஞுபாத்துமா வேகமாகக் கரையேறி உடலைத் துவட்டினாள். தொடையில் ஏதோ கறுப்பாக இருந்தது. அதைப் பார்த்ததும் அவளுக்கு மிகவும் குழப்பமாகிவிட்டது. வெட்கமாகவுமிருந்தது. ஒரு அட்டை. அது அவளது தொடை யைக் கடித்துப் பிடித்திருந்தது. இரண்டு தலைகளாலும்.

‘உம்மோ, வாப்போ, ஓடி வாருங்கோ. என்னைக் கடிச்சுக் கொல்லுதோ, ஓடி வாருங்கோ, எல்லாரும் ஓடி வாருங்கோ’

என்று கத்திவிடலாம்போலிருந்தது குஞ்ஞுபாத்துமாவுக்கு. ஆனால், குப்பாயம் அணிந்திருக்கவில்லை. வேட்டியும் உடுத்தவில்லை. என்ன செய்ய முடியும்?

அவள் வலியுடனும் வெட்கத்துடனும் அப்படியே நின்றிருந்தாள். அட்டை வீங்கிக்கொண்டே இருந்தது. அது ஒரு பிடியை விட்டு விட்டு தடித்துத் தொங்கிக் கிடந்தபோது இன்னும் தொந்தரவாக இருந்தது. கால் அசையும்போது தொடையில் மினுமினுப்புடன் அது உரசியது. ஹோ . . . அவள் பற்களைக் கடித்தபடி அப்படியே நின்றாள். அட்டை, ஒரு உருண்டை போல் சுருண்டு கீழே விழுந்ததும் அவள் நடுங்கிவிட்டாள்.

தொடையில், அட்டையின் கடிவாயில் இரத்தம் சுண்டியது போலிருந்தது. துளிர்க்கவும் செய்தது. அவள், ஒரு கை நீரை மொண்டு இரத்தத்தைக் கழுவி விட்டாள்.

இந்த அட்டையை என்ன செய்யலாம்?

குஞ்ஞுபாத்துமாவுக்குக் கோபமாக வந்தது. வெட்கமாகவுமிருந்தது. அதை மோசமாகத் திட்டி விடலாம்போலவுமிருந்தது. என்ன வார்த்தையால் திட்டுவது?

“இபுலீஸே, நீ எஞ் *சோரை முழுசையும் குடிச்சுப்போட்டே” என்று சொல்லி அதைக் கொன்று விட நினைத்தாள். ஆனால், அப்படிச் செய்யக் கூடாது. அட்டைக்கு உம்மாவும் வாப்பாவும் இருப்பார்கள். அட்டை, ஆணா பெண்ணா என்றும் தெரியாது. பிள்ளைகளுமிருக்கலாம். அல்லாஹுதான் படைத்திருக்கிறான். குஞ்ஞுபாத்துமாவை சிருஷ்டித்ததும் அல்லாதான். அப்படியிருக்கும்போது? கொல்லக் கூடாது. பாவம் கிடைக்கும். தோஷம் வரும். உயிர்களை இம்சிக்கக் கூடாது.

எப்படியோ அது போகட்டும்; அதை வீட்டுக்குப் போக விட்டுவிடலாம். தப்பித்துக்கொள்ளட்டும். போயிடு!

“அட்டெ, இனிமேலால் நீ ஆரையும் கடிச்சுச் சோரெ குடிக்கப்புடாது, கேட்டியா? அப்பிடிச் செய்தா மரிச்சப் பெறவு படச்சவன் உன்னெ நரகத் தீயிலெ இட்டுருவான் கேட்டியா?” என்று சொல்லிவிட்டு அவள் ஒரு நல்ல வேலை செய்தாள். அதற்கு வலிக்காமல் ஒரு கம்பால் அதை மெதுவாக எடுத்துக் குளத்திலிட்டாள். அது விழுவதற்காகவே காத்திருந்ததைப் போல் ஒரு பெரிய விரால் மீன் ‘கப்’ என்றொரு சத்ததுடன் அதைக் கடித்து விழுங்கியது.

---

* இரத்தம்

குஞ்ஞுபாத்துமா பார்க்கும்போது ஒன்றல்ல, இரண்டு மீன்கள். 'பெஞ்சாதியும் புருஷனும்.' மட்டுமல்ல, 'புள்ளெயளும் உண்டு.' சிவப்பான குட்டிக்குட்டிப் பிள்ளைகள். நீல நீரில் மின்னுகிற சிவப்பு மைத்துளிகள்போல்.

"நீ ஏன் விராலே, அதெக் கடிச்சித் தின்னே? அது பாவமில்லியா?"

மீனை மனிதர்கள் பிடித்துத் தின்பது குஞ்ஞுபாத்து மாவுக்குப் பாவமாகத் தோன்றவில்லை. அவள் அந்த விரால் குடும்பத்தையே பார்த்தபடி நின்றாள். சிறிதுகூடப் பரிவில்லாத கண்கள். இரண்டு மீன்களின் செவிள் வழியாகவும் தண்ணீர் நுழைந்துகொண்டிருந்தது. "அது அலியார் தங்ஙளுக்கெ, துல்ஃபக்கார்ணு சொல்லுத வாள் பட்டதாலெ கொண்ட தளும்பாக்கும்."

அதிலிருந்த அந்தப் பெரிய வரால், அவளையே பார்த்தது. குஞ்ஞுபாத்துமா கிடைத்தாலும்கூட அது கப் என்று கடித்து விழுங்கிவிடும்.

அவள் முடியைச் சிடுக்கு நீக்கி உதறிக் காய விட்டு விட்டு அல்லிக்குளத்தை முழுவதுமாக ஒரு தடவை பார்த் தாள்.

பூக்களெல்லாம் முன்போலவே சிவப்பும் வெள்ளையும் தான் ... ஆனால், அதனுள் மனிதர்களின் இரத்தத்தை உறிஞ்சும் அட்டைகளும் அட்டைகளைக் கடித்து விழுங்கும் வரால் மீன்களும் இருக்க – அல்லி மலர்கள் எவ்விதக் கோபமு மில்லாமல் ... அவை, குஞ்ஞுபாத்துமாவைப் பார்த்துப் புன் முறுவலுடன் கொனஷ்டை காட்டுவதுபோல் ... அப்படியே அவள் நிற்கும்போது வருகிறது, அல்லிக்குளத்தின் மற்றொரு குடிமகன்.

ஒரு பெரிய நீர்ப்பாம்பு. அல்லது புளவன் பாம்போ? கீழ்ப்பகுதி வெள்ளையாக இருக்கிறது. அது ஒரு அல்லி யிலையில் நுழைந்தேறித் தலையை நீருக்குள் அமிழ்த்திய படியே கிடக்கிறது. சட்டென்று குதித்துப் பாய்ந்து எதையோ கவ்விக்கொண்டு தலையை மேலே தூக்கியது. பாவம், ஒரு வரால் மீன். அது அழவில்லை; எதையும் பேசவுமில்லை. உடலை வளைத்து வாலை மட்டும் அசைத்துக்கொண்டிருந்தது. மீனை எவ்விதப் பதற்றமுமில்லாமல் விழுங்கிய நீர்ப்பாம்பு, முன்போலவே தந்திரமாகப் படுத்திருந்தது. அடுத்த இரை எங்கே?

குஞ்ஞுபாத்துமா கூர்ந்து பார்த்தபோது இன்னுமிருக்கிறார்கள், குடிமக்கள். ஆமை, பள்ளத்தி, கரிமீன், தவளை – எத்தனை வகையான உயிரினங்கள்.

அல்லிமலர்கள் அதன்பாட்டில் சிரித்துக்கொண்டிருந்தன. மொத்தத்தில் மிக அழகாகவும் ஒரு பயங்கரத்துடனுமிருந்தது, அந்த நீர்த்தடாகம்.

இதையெல்லாம் கண்ட பிறகு குஞ்ஞுபாத்துமா, அந்தக் குளக்கரைக்கு, தன்மீது அன்பு காட்டவும் பயமுறுத்தவும் செய்கிற . . . ஒரு தோழியிடம் செல்வதுபோல்தான் சென்று வந்தாள். அவளுக்கு எந்த வேலையும் கிடையாது. இருக்கிற வேலையைச் செய்யவும் தெரியாது. முன்போல் அல்ல, அவளுக்கு இப்போது முழுச் சுதந்திரமிருந்தது. ஆனால், இந்தச் சுதந்திரம் எதற்குப் பயன்படும்? அவளுக்குச் சமையல் செய்ய மட்டுமல்ல, தீ மூட்டக்கூடத் தெரியாது. உம்மாவுக்கும் இதில் அவ்வளவாக அனுபவமில்லை.

வாப்பாதான் மிகவும் சிரமத்துடன் சாப்பாட்டுக்கு எதையாவது கொண்டு வர வேண்டும்; அதைச் சமைக்கவும் வேண்டும்.

“பெண்ணாப் பெறந்தவளுக்கு தீ பத்த வெக்கவாவது தெரிஞ்சிருக்கணும்.”

வாப்பா சொல்வார்.

இதைக் கேட்கும்போது குஞ்ஞுபாத்துமா, வெட்கத்தால் கூனிப்போய்விடுவாள். ஆனால், வாப்பா சொல்வது உம்மாவிடம். உம்மா அந்தப் பழைய மிதியடியின்மீது க்டோ, ப்டோ என்று நடந்தபடியே சொல்வாள்:

“நான் ஆனெ மக்காருக்கெச் செல்ல மவளாக்கும்.”

வாப்பா பதிலே சொல்லமாட்டார்.

உம்மாவின் கையில் தண்ணீர் ஊற்றிக்கொடுக்கவில்லையென்றால் உம்மா அன்று சாப்பிடமாட்டாள். அப்படியே உட்கார்ந்திருப்பாள்.

வாப்பா கோபத்துடன் பார்ப்பார். குஞ்ஞுபாத்துமா உம்மாவின் கையில் தண்ணீர் ஊற்றிக்கொடுப்பாள். உம்மா சொல்வாள்:

“ஒனக்கெ உப்பப்பாக்கொரு ஆனெ இருந்தது பெண்ணே; ஒரு பெரீய கொம்பானெ.”

வாப்பா இதற்கும் பதில் சொல்லமாட்டார். உம்மாவின் பேச்சு அதிகமாகும்போது வாப்பா கொடுஞ்சீற்றத்தை மனதிற்குள் அடக்கிகொண்டிருப்பவர்போல் மெதுவாகச் சொல்வார்:

"பெண்ணே, நாக்கெ அதியமா நீட்டாதெ கேட்டியா."

உம்மா கேட்பாள்:

"நீட்டுனாக்கெ? மூக்காலெ உறிஞ்சி எடுத்துருவீயளாக்கும்? நான் ஆனெ மக்காருக்கெ செல்ல மவளாக்கும். சொல்லுதுக்கு எனக்கு லைசன்ஸ் உண்டு."

எதைச் சொல்வதற்கும் உம்மாவுக்கு லைசன்ஸ் உண்டு.

"எஞ்செல்ல உம்மாயில்லியா? கொஞ்சம்போலெ பேசாமெ இரு." குஞ்ஞுபாத்துமா சொல்வாள்.

"எடியே, *கிறாத்துலெ பெறந்தவளே." உம்மா சொல்வாள்: "எல்லாமே நீ பெறக்கப்போய்தாண்டி."

அப்படியென்றால் பாவம், குற்றவாளி இபுலீஸ் அல்ல. குஞ்ஞுபாத்துமா மனதிற்குள் நினைத்துச் சிரித்துக்கொள்வாள். ஆனால், நீண்ட நாட்கள் அவளால் இப்படிச் சிரிக்க முடிய வில்லை. அவளுக்குள் ஒரு பயம் உருவாகியிருந்தது. வாப்பா, உம்மாவைக் கொன்றுவிடுவாரோ?

---

* முறைபிறழ்ந்து பிறந்தவள்

5

காற்று வீசியது – இலை உதிரவில்லை

மனிதர்கள் ஏன் இப்படி மாறி விடுகிறார்கள்? எவ்வளவு தான் யோசித்துப் பார்த்தும் குஞ்ஞுபாத்துமாவுக்குப் விடை கிடைக்கவில்லை. வயது அதிகமாகுந்தோறும் கணவனுக்கும் மனைவிக்கும் பார்த்தாலே பிடிக்காமல் போவதற்கான காரணம் என்ன? எல்லா உம்மா வாப்பா மார்களுமே பரஸ்பரம் கடித்துக் குதறுவதுபோல் இப்படித் தான் நடந்துகொள்வார்களா? அன்பாகப் பேசாமல். வார்த்தைகளில் கனமேற்றி வைராக்கியத்துடன்தான் பேசுவார்களா? பரிவே இல்லாமல் குரூரத்துடன்தான் நடந்துகொள்வார்களா? அதைப் பார்த்துக்கொண் டிருக்கும்போது ... சில நேரங்களில் குஞ்ஞுபாத்துமாவுக்குச் சிரிப்புதான் வரும். ஆனால், அவள் சிரிக்கமாட்டாள். மொத்த வாழ்க்கையுமே தாறுமாறாகப் போய்க்கொண் டிருக்கிறது. இதற்கெல்லாம் யார் பொறுப்பு? யாரிடம் கேட்பது? சரியான சாப்பாட்டுக்கே வழியில்லை. உடுதுணி களின் விஷயம், சொல்லுவதற்கில்லை. உடுத்ததையே திரும்பத் துவைத்துத் திரும்ப உடுத்தி ... எல்லாத் துணிகளும் நரைத்துப்போய் விட்டன. இதற்கெல்லாம் யாரைக் குற்றம் சொல்ல முடியும்?

இதில் மிகவும் வேதனைக்குரிய விஷயம், அவர்களுக்கு உதவி செய்ய யாருமில்லை என்பது. யாருமே கண்டு கொள்ளாத மூன்று ஜீவன்கள். பிரதாபம் மிகுந்த அந்தப் பழைய காலத்தில் எத்தனை பேர்களிருந்தார்கள்? ஊரிலுள்ள எல்லா அற்பங்களுக்கும் அவர்கள் இரத்த உறவு கொண்டவர்கள்தான்.

“நெருங்குன சொந்தத்துலெ ஒரு மாமாவாக்கும்.” அல்லது,

“மொறைக்கு ஒரு குட்டியாப்பா வரும்.”

இதோ இப்போது 'மொறையில்' யாருமல்லை.

இந்த மாபெரும் பிரபஞ்சத்தில் அவர்கள் மூன்றுபேர் மட்டுமிருக்கிறார்கள். ஆனால், இந்த மூன்றுபேர்களுக்குள் இப்போது ... வாப்பாவை உம்மாவுக்குக் கண் கொண்டும் பிடிக்காது. தொட்டதற்கெல்லாம் குற்றம் சொல்வாள். திட்டவும் செய்வாள். மெதுவாக அல்ல, வழிப்பாதையில் போகும் ஆட்களுக்குக் கேட்கும்படியாக! ஊர் முழுக்க ஆட்கள் பரிகாசம் செய்தார்கள்; நகைத்தார்கள். என்ன செய்ய முடியும்? வாப்பாவுக்குப் புதிய புதிய பட்டப் பெயர்களைக் கண்டு பிடிப்பதற்கு உம்மா பெருமுயற்சியெடுத்தாள். இப்படியாக, உம்மா வாப்பாவுக்குச் சூட்டிய பட்டப் பெயர்தான், 'செம்மீனடிமை.'

வாப்பா செம்மீன் வியாபாரம் செய்தது கிடையாது. அதிக முதலீடில்லாத வியாபாரங்களைத்தான் வாப்பா செய்து பார்ப்பார். இடையே ஒரு தடவை, வாப்பா கருவாடு வியாபாரத்தில் ஈடுபட்டார். வாப்பாவுக்கு இந்த வியாபாரம் பிடிக்கவில்லை. ஆளையே நாற அடித்துவிடும். சுற்று வட்டாரம்வரை நாற்றமடிக்கும். பாரமீன், சுறா, அயலை, மத்திச்சாளை – இப்படியாகச் சில. இதையெல்லாம் வாப்பா தலையில் சுமந்து தொலைவில் எங்கோ உள்ள ஒரு சந்தையில் கொண்டுபோய் விற்பார். பெருமையுடன் வாழ்ந்த வட்டனடிமை. ராஜதோரணையுடன் ... திரும்ப வரும்போது அரிசியும் பிற சாமான்களும் பச்சைமீனும் வாங்கி வருவார். முன்பெல்லாம் குஞ்ஞுபாத்துமா மீனும் இறைச்சியும் சாப்பிடுவாள். பிறகு இரண்டும் இல்லையென்றாகி வெறும் காய்கறி மட்டுமே கூட்டு.

அல்லிக்குளத்தில் வரால், அட்டையைக் கடித்து விழுங்கியதைப் பார்த்த பிறகுதான் அவள் மீன் சாப்பிடுவதை நிறுத்தினாள். வாப்பா மீன் வியாபாரத்தை விட்டு ஆடறுக்கத் தொடங்கியபோது அவள் இறைச்சி சாப்பிடுவதையும் நிறுத்தினாள். அறுத்து வைத்திருந்த ஆட்டின் தலையிலிருந்த மூடாத அந்தக் கண்கள் ... அதனால் எதுவுமே நிகழ்ந்துவிடவில்லையென்றாலும் மனதிற்குள் அது என்னவோ பெரிய சஞ்சலத்தை உருவாக்கியிருந்தது. மீனாகட்டும், இறைச்சியாகட்டும். கறி வைப்பதிலோ பரிமாறுவதிலோ அவளுக்குப் பிரச்சினை எதுவுமிருக்கவில்லை. ஆனால், அவள் அதில் உப்பிருக்கிறதா என்றுகூடப் பார்க்கமாட்டாள். எப்படியாவது வைத்து விளம்புவதற்கு மட்டும் அவள் கற்று வைத்திருந்தாள். வாப்பா அதிகாலையில் எழுந்து பல் விளக்கிவிட்டு சுபுஹு தொழுகையும் முடித்துவிட்டு வரும்போது அவள் ஒரு கோப்பைக்

கடுஞ்சாயா தயார் செய்து வைத்திருப்பாள். வாப்பா அதைக் குடித்துவிட்டு பிஸ்மி சொல்லி வெளியே இறங்கி, இறைவனின் அனுக்கிரகத்துடன் அப்படியே நீண்டு நிமிர்ந்து நடந்து போவார். கையில் கொஞ்சம் பணமுமிருக்கும். ஏதாவது வாழைக்குலையோ, மரச்சீனிக்கிழங்கோ, சேனையோ, பாக்கோ, தேங்காயோ வாங்கிக் கொண்டுபோய் எங்கோ தூரத்தில் உள்ள ஒரு சந்தையில் விற்பார்.

"செம்மீனடிமெ தங்கம் விக்கப் போயிட்டாரா பெண்ணே?" என்று கேட்டபடியே உம்மா எழுந்திருப்பாள். தங்கம்!... பண்டு ஏராளமாகப் பார்த்த ஒன்று... உம்மா எழும்போது காகங்கள் கரைந்து, நேரம் விடிந்து, வெயிலும் படர்ந்திருக்கும். உம்மாவுக்குப் படைத்தவனோடும் பிணக்கம் தான். தொழுகையெல்லாம் கிடையாது. எதுக்குப் போட்டுப் பிரார்த்திக்க வேண்டும்?

"ஓ... ஒரு மூச்சு தொழுது பாத்தாச்சி. ஆனா... எடியே, கிறாத்துலெ பெறந்தவளே, சூடு வெள்ளம் போட்டியா?"

வென்னீர் போட்டுத் தயாராக வைத்திருக்கும் குஞ்ஞு பாத்துமா சொல்வாள்:

"சூடாக்கி வெச்சிருக்கேன் உம்மா."

வென்னீர் இல்லையென்றால் குஞ்ஞுதாச்சும்மா குளிக்கமாட்டாள். பிரதாபம் மிகுந்த பழைய காலத்தில் உண்டான பழக்கமல்லவா? ஆகவே, குஞ்ஞுபாத்துமா தினமும் வென்னீர் போட்டு வைத்துவிடுவாள். ஆனால், அதிலும் ஏதாவது குற்றங்குறைகளிருக்கும். சூடு அதிகமாகிவிட்டது. அல்லது குறைவாக இருக்கிறது. குளித்து முடித்தால் உம்மா வுக்குத் துவைத்த உடுப்புகள் உடுத்த வேண்டும். பாலும் சீனியும் தாராளமாகச் சேர்த்துக் கெட்டியான சாயாவும், நெய் புரட்டிய பெரிய *பத்திரியும் வேண்டும். மூன்று பேருடைய வும், இருக்கிற உடுப்புகளை அவள் சாயங்காலத்துக்கு முன்பே நனைத்துப் பிழிந்து உலரப் போட்டிருப்பாள். குளித்து முடிந்ததும் உம்மாவின் உடுப்பைக் குஞ்ஞுபாத்துமா எடுத்துக்கொடுப்பாள். அப்புறம், காலை உணவின் விஷயத்தை எடுத்துக்கொண்டால், சீனி போட்ட கடுஞ்சாயாதான். சாயாவில் சீனிக்குப் பதிலாக உப்புப்போட்டும் குடிக்கலாம் என்பது குஞ்ஞுபாத்துமாவின் புதிய கண்டுபிடிப்பு. உம்மாவுக்கு இதெல்லாம் பிடிக்காது. வேறு வழியே கிடையாதென்பதால், "கிறாத்துலெ பெறந்தவளே, எல்லாமே நீ பெறக்கப்போய்தாண்டீ" என்று சொல்லி விட்டு

---

* பச்சரிசித் தோசை

அதை உறிஞ்சிக் குடிப்பாள். முதலிலெல்லாம் சட்டியைத் தரையில் எறிந்துடைத்தாள். தினமொரு மண் சட்டி வாங்கு வதற்குப் பணம் வேண்டுமல்லவா? வாப்பா ஒரு தடவை சொன்னார்:

“இனி அவளுக்குச் செரட்டையிலெ குடுத்தாப் போரும்.”

உம்மா அன்று வாய்விட்டு அழுதாள். அழுதபடியே சொன்னாள்:

“முஹியதீன் தங்ஙளே, நேமிசக்காரங்களே கேக்குதா ஒங்களுக்கு? முத்து நபியே ஒங்களுக்குக் கேக்குதா? ஆனெ மக்காருக்கெ செல்ல மவளுக்கு செரட்டைலெ குடுத்தாப் போருமாம்.”

உம்மா, அதற்கும் குஞ்ஞுபாத்துமாவைத் திட்டினாள்.

“நீ பாக்கியம் கெட்டவடீ; ஒனக்க அந்த மரு, *வர்க்கத்துக் கெட்டது.”

அதற்காக அவளது கன்னத்திலிருக்கும் அந்தக் கறுத்த மருவைக் கிள்ளியெறிந்துவிடவா முடியும்?

வாப்பாவின் கண்கள் சிவக்கும். பெருங்கோபத்துடன் மெதுவாக “பெண்ணே, குஞ்ஞுதாச்சும்மா” என்று கூப்பிடு வார். அந்தக் குரலில் ஒரு மிரட்டல் தொனிக்கும். உம்மா பேசாமலிருந்து விடுவாள். வாப்பா வெளியே இறங்கியதுமே மீண்டும் தொடங்குவாள்.

“எடியே, கிறாத்துலெ பெறந்தவளே, நாசமாப்போறவளே, எரப்பாளி, ஒன்னெ கால நாகந்தான் கடிக்கும். நீ வந்து பெறந்த பெறவுதான் பெண்ணே ...”

பேச்சு முழுவதுமே இப்படித்தானிருக்கும். பெற்ற தாய் ... பாதையில் போகிற பிள்ளைகள் கூவுவார்கள். குஞ்ஞுபாத்துமா சொல்வாள்:

“உம்மா கொஞ்சம் மெதுவாய் பேசேன்.”

“நான் தொண்டையைத் தொறந்துதாண்டீ பேசுவேன். தொண்டையைத் தொறக்க எனக்கு லைசன்ஸ் உண்டும் பெண்ணே.”

இப்படியாக ஒருநாள் உம்மா தொண்டையைத் திறந்து பேசிக்கொண்டிருந்தாள். கேட்டுக்கொண்டே வந்த வாப்பா, உம்மாவிடம் சும்மா பேசாம இருக்கச் சொன்னார். உம்மா

---

* அதிர்ஷ்டம்

கண்டுகொள்ளவே இல்லை. வாப்பா திரும்பவும் சொன்னார். பிறகு சிவந்த கண்களுடன் வாப்பா எழுந்து போனார் . . .

இதைக் கண்டதும் உம்மா பரிகாசமாகச் சிரித்து விட்டு இராகம்போட்டுச் சொன்னாள்:

“செம்மீனடிமெ, ஆனெ மக்காருக்கெ செல்ல மவளெ பேடி காட்டிப் பாக்காரு” என்று சொல்லி விட்டு வாயை மூடவில்லை. அதற்குள் ஒரு பெரும் சம்பவம் நிகழ்ந்து விட்டது.

வாப்பாவின் வலது கை, உம்மாவின் குரல் வளையைக் குத்திப் பிடித்தது.

தொண்டையில் பிடித்த வாப்பாவின் பிடி பலமாக இறுகிய போது, உம்மாவின் கண்கள் பிதுங்கின. பல்லைக் கடித்தபடி வாப்பா மெதுவான குரலில் சொன்னார்:

“நீ சாவுடி.”

கணவனும் மனைவியும்!

வாப்பா, உம்மாவின் கழுத்தை ஒரு கையால் பிடித்துக் குழந்தையைத் தூக்குவதுபோல் தூக்கினார். பிறகு அப்படியே கீழே போட்டார். உம்மாவின் மிதியடிகள் இரண்டையும் உதைத்து வெளியே தள்ளினார். உம்மா அசைவெதுவுமில்லாமல் அப்படியே கிடந்தாள்.

இவ்வளவும் நொடியிடைக்குள் நடந்து முடிந்து விட்டன. குஞ்ஞுபாத்துமா ஸ்தம்பித்துப்போய் நின்றாள். உலகம் முழுவதும் இருண்டுபோய் விட்டதுபோலவும் ஆழமான ஒரு பள்ளத்தில் விழுந்ததுபோலவும் அவளுக்குத் தோன்றியது. உம்மாவை வாப்பா இதோ கொன்று போட்டிருக்கிறார். அவளது நாவு அசைய மறுத்தது. சத்தம் வராமல் அவள் அழுதுகொண்டிருந்தாள்.

வாப்பா சொன்னார்:

“எம்புள்ளெ அழாண்டாம்.”

குஞ்ஞுபாத்துமாவுக்கு உடனே உலகத்தில் இல்லாத அழுகையெல்லாம் பீறிட்டுக்கொண்டு வந்தது. அவள் மனமுடைந்து போய் அழுதுகொண்டே நின்றாள். ரப்புல் ஆலமீன்! உலகையெல்லாம் படைத்து ஆளுகிற இறைவா! இனி என்னவெல்லாம் நடக்கப் போகிறதோ?

தொடர்ந்து ஏதாவது நடக்கும். யாருடைய உதவியுமில்லை. தனிமைப்பட்டுவிட்டோம். உம்மாவும் போய் விட்டாள் . . . கையில் விலங்கு பூட்டி போலீஸ்காரர்கள்

வாப்பாவையும் கொண்டுபோய் விடுவார்கள். குஞ்ஞுபாத்து மாவுக்கு இனி யாருமே இல்லை. உம்மாவின் மய்யத்து . . . யாராவது வந்து குளிப்பாட்டி புதுத் துணியில் கபன் செய்து மய்யத்துக் கட்டிலாகிய சந்தூக்கில் ஏற்றி . . . 'லா இலாஹா இல்லல்லாஹ்! லா இலாஹா இல்லல்லாஹ்!' என்று கூட்ட மாகச் சொல்லியபடியே சுமந்து கொண்டுபோய்ப் பள்ளி வாசலில் மய்யத்து அடக்குகிற இடத்தில் கபரடக்கம் செய்வார் கள் . . . பிறகு?

குஞ்ஞுபாத்துமா மட்டும் தனியாக . . . நினைத்துப் பார்க்கவும் முடியவில்லை. குஞ்ஞுபாத்துமாவுக்குக் கண் பார்வை மங்கியது. அவள் வாய்விட்டழுதாள். யா இலாஹி, இறைவா!

"ஆனாலும் வாப்பா, இப்பிடிச் செய்துட்டியளே."

"மவளே", வாப்பா சொன்னார்: "அழாதே, நீ போய் வெளித்திண்ணையிலெ இரு." ஒருவழியாக குஞ்ஞுபாத்துமா திண்ணையில் போய்த் தூணைப் பிடித்துக்கொண்டு நின்றாள். திரும்பவும் சத்தம் வராமல் நீண்ட நேரம் அழுதாள். மனதிற்கு ஒரு நிம்மதியுமில்லை. அப்படியே நிற்கும்போதுதான் அவள் 'ஹஜ்ரத்துல் முன்தஹா'வைப் பற்றி நினைத்துப்பார்த்தாள்.

அது சுவர்க்கத்திலிருக்கிறது. ஹஜ்ரத்துல் முன்தஹா என்பது தான் அந்தப் பெருவிருட்சத்தின் பெயர். அம்மரத்தின் அடிப்

பகுதியிலிருந்து மூன்று நதிகள் உற்பத்தியாகின்றன. சுவர்க்க நதிகள். நைல், டைக்ரிஸ், யூஃப்ரட்டிஸ் போன்ற நதிகளெல்லாம் கூட அதற்கு ஈடாக முடியாது. ஹஜ்ரத்துல் முன்தஹா போன்ற அழகழகான ஐதீகங்கள். நினைத்துப்பார்ப்பதே சுவாரசியம் தருகிறது. எல்லா மதங்களிலுமே இருக்கின்றன இதுபோன்ற ஐதீகங்கள். பக்தகோடிகள் நம்புகிறார்கள். இதெல்லாம் அவள் பள்ளிவாசலிலிருந்து கேட்ட வஹ்ஸ் எனும் ஒரு இரவுப் பிரசங்கத்திலிருந்து புரிந்துகொண்டவைதான். அந்த மரத்தின் இலைகளில் உலகத்திலுள்ள எல்லா ஜீவராசிகளின் பெயர் களும் எழுதப்பட்டிருக்கின்றன. காற்றடிக்கும்போது அதிலுள்ள இலைகளில் சில விழும். விழுகிற இலைகளில் பெயர் குறிப்பிடப் பட்ட அந்த உயிரும் இறந்துபோகும். அதில் சில இலைகள் நீண்ட காலமாகப் பழுத்து நின்று பிறகுதான் விழும். உம்மா வின் பெயரெழுதிய இலை ... என்றெல்லாம் அவள் நினைத்துக் கொண்டிருக்கும்போது உள்ளே உம்மாவின் குரல் கேட்டது:

"படச்சவனே." உம்மா அழுகிறாள்: "எனக்கு ஆருமே இல்லியே. முஹியதீனே எனக்கு ஆருமே இல்லியே."

குஞ்ஞுபாத்துமாவின் சோகம் முழுவதும் கரைந்துபோய் விட்டது. அவள் நினைத்துக் கொண்டாள்:

காற்று வீசியது – இலை உதிரவில்லை.

குஞ்ஞுபாத்துமா உள்ளே சென்றாள். உம்மா எழுந்து அமர்ந்திருக்கிறாள். அவளைப் பார்த்ததும் உம்மா மாரில் அடித்து அழத் தொடங்கினாள்.

"உம்மா, சும்மா இரு" என்று சொல்லிவிட்டு குஞ்ஞுபாத்துமா உம்மாவின் அருகில் சென்றாள்.

உம்மா அப்போது இராகம் போட்டுச் சொல்லத் தொடங்கினாள். அது ஒரு ஒப்பாரிபோலிருந்தது.

"தடவடியோ தடவு! முஹியதீனே தடவு. முத்து நபியே தடவு. தடவடியோ தடவு."

முத்துநபி என்பது தீர்க்கதரிசியான முகம்மது நபிதான்.

எந்த இடத்தில் தடவச் சொல்கிறாள் என்று குஞ்ஞுபாத்து மாவுக்கு விளங்கவில்லை. அவள் கேட்டாள்:

"எந்த எடத்துலெ உம்மா தடவணும்?"

உம்மா மீண்டும் இராகம் வைத்தாள்.

"கையிலெ தடவுடீ, கால்லெ தடவுடீ, எல்லா எடத்துலெயும் தடவுடியோ."

"நீ வெலகு." வாப்பா பக்கத்தில்போய் உம்மாவைத் தடவி விட்டபடியே சொன்னார்:

"குஞ்ஞுபாத்துமா, நீ போய் திண்ணையிலெ இரு."

அவள் திண்ணக்குப் போனாள்.

உள்ளே இருந்து சமாதானக் குரல்களெல்லாம் வந்தன. இடையில் உம்மாவின் குரல் கேட்டது:

"என்னெக் கொன்னு போட்டுட்டு வேறெ பெண்ணு கெட்ட நெனெக்கிதீங்கோ இல்லியா?"

இதற்கு வாப்பா என்ன பதில் சொன்னார் என்பதைக் குஞ்ஞுபாத்துமா கவனிக்கவில்லை. அவள் முற்றத்திலிறங்கி வெறுமனே அங்குமிங்குமாக நடந்தாள். அப்போது வாப்பா சத்தமாகச் சொன்னது அவளது காதில் விழுந்தது.

"நம்மொ எல்லாரும் இண்ணைக்கு *தௌபா செய்யணும்."

செய்துவிட்ட குற்றத்திற்கு இன்று ரப்புல் ஆலமீனான தம்புரானிடம் பொறுத்துக்கொள்ளச் சொல்லி மன்னிப்புக் கேட்க வேண்டும். இனிமேலால் தப்பு செய்யாமலுமிருக்க வேண்டும். இது நல்ல விஷயம்தான். ஆனால், இந்த வீட்டில் யாருமே தௌபா கேட்பதில்லை. பெரும்பாலான எல்லா வீடுகளிலும் தௌபா நடக்கும். அது அரபியில் செய்யப் படுவது. *அரபி மலையாளத்தில் முஸ்லியார்கள் எழுதி அச்சடித்துக் கொடுத்திருக்கிறார்கள். ஏதாவது வீட்டிலிருந்து வாப்பா அதை வாங்கிக்கொண்டு வருவார்.

குஞ்ஞுபாத்துமா அப்படியே நடந்துகொண்டிருக்கும் போது வாப்பாவும் உம்மாவும் சேர்ந்து வராந்தாவுக்கு வந்தார் கள். உம்மா சொன்னாள்:

"எண்ணெயும் கொழம்பும் ஈஞ்சையும் வேணும்."

வாப்பா அதற்கு ஏதோ முனகிவிட்டு குஞ்ஞுபாத்துமாவிடம் சொன்னார்:

"மவளே, உம்மாக்குக் குளிக்க நீ கொஞ்சம் வெள்ளம் சூடாக்கிக் குடு."

சொல்லிவிட்டு வாப்பா எங்கோ வெளியிலிறங்கிப் போனார்.

---

* பாவமன்னிப்பு

* அரபு வரிவடிவத்திலான மலையாள மொழி

குஞ்ஞுபாத்துமா தண்ணீர் மொண்டு வைத்துச் சூடாக்கிக் கொண்டிருக்கும்போது வாப்பா எங்கிருந்தோ எண்ணெயும் குழம்பும் ஈஞ்சையும் கொண்டு வந்தார். உம்மா அதை யெல்லாம் தேய்த்துக் குளிக்கத் தொடங்கும்போது வாப்பா அங்கிருந்து விலகினார்.

குஞ்ஞுபாத்துமா கேட்டாள்:

"நான் போய் குளிச்சிட்டு வரட்டா உம்மா?"

உம்மா அனுமதி கொடுத்தாள். அவள், துவர்த்தும் குளித்த பிறகு மாற்றுவதற்கான உடைகளும் பாளையும் கயிறுமாகக் கிளம்பினாள்.

இந்தப் பயணம் அவளது வாழ்க்கையின் புதியதொரு அத்தியாயத்தைத் தொடங்கப்போகிறது என்பதெல்லாம் அப்போது குஞ்ஞுபாத்துமாவுக்குத் தெரியாது. உம்மா சொன்னாள்:

"சட்டுணு வந்துரணும் கேட்டியா? நேரமாவப்படாது."

"ஆவாதும்மா, நான் சீக்கிரம் வந்துருவேன்."

அவள் நடந்தாள். அப்போதும் நினைவு வந்தது: காற்று வீசியபோது இலை உதிர்ந்திருந்தால்...?

அவள் மனமுருகப் பிரார்த்தனை செய்தாள்:

"ரப்புல் ஆலமீனான தம்புரானே, காத்து வீசுனாலும் எங்க ஆருக்கெ எலையும் கீழெ விழாமல் காக்கணுமே."

◯

6

ஒரு குருவியின் அழுகை

முற்றத்தில் வைத்தே குஞ்ஞுபாத்துமா ஒரு குருவியின் அழுகைச் சத்தத்தைக் கேட்டாள். கொஞ்ச தூரம் நடந்தபோது அவள் அதைப் பார்க்கவும் செய்தாள். இரண்டு குருவிகள், பரஸ்பரம் கொத்திச் சண்டை போட்டுக்கொண்டிருந்தன. அதிலொன்று பயங்கரமாகக் கதறுகிறது.

அவை ஏன் சண்டை போடுகின்றன? குஞ்ஞுபாத்துமா 'ஷ்ஷு' 'ப்பூ' 'துர்ர்' என்றெல்லாம் சத்தம் கொடுத்தாள். உடனே, இரண்டும் தொலைவில் எங்கோ பறந்து போயின.

அல்லி குளத்தின் பக்கத்திலுள்ள மற்றொரு தோப்புக்குச் செல்லும் தென்னம்பாலத்தில் அவள் ஏறும்போது குருவி கள் இரண்டும் புளிய மரத்திலிருந்து மீண்டும் கொத்திக் கொண்டிருப்பதைக் கண்டாள். மட்டுமல்ல, அதிலொன்று இப்போது அழுதுகொண்டிருந்தது. பருந்து கொத்திக் கொண்டுபோகும் கோழிக்குஞ்சைப் போல் அது உதவி கேட்டழுதது. குஞ்ஞுபாத்துமாவுக்கு மிகவும் வருத்தமாக இருந்தது. அவள் பாளையையும் கயிற்றையும் கீழே போட்டுவிட்டு ஓடிச் சென்றாள்.

"என்னத்துக்குச் சண்டெ போடுதியோ, சும்மாயிருங்கோ" என்று அவள் மிகவும் கரிசனத்துடன் சொல்லிப் பார்த் தாள். குருவிகள் கண்டுகொள்ளவே இல்லை. கோபத்துடன் ஒன்று மற்றொன்றைக் கொத்துகிறது. மிகச் சிறிய பறவை களாக இருந்தாலும் எவ்வளவு தன்முனைப்பு பாருங் களேன். சுதந்திரமான பறவைகள் தங்களுக்குள் சண்டை போடுவதை அவள் முதல்முதலாக இப்போதுதான் பார்க்கிறாள். பருந்துகள், காகங்கள், மைனாக்களின் சண்டைகளையும் அவை கொத்திக்கொள்வதையும் பார்த்திருக்கிறாள். கணவன் மனைவி சண்டையா?

கோழிகள் சண்டைபோடும்போது யாராவது வந்து ஒன்றைப் பிடித்து விலக்கிவிடுவார்கள். அப்படிச் செய்யவில்லையென்றால் ஒன்றை மற்றொன்று கொத்திக்கொத்திக் கொன்றே விடும். குஞ்ஞுபாத்துமா திரும்பவும் சொன்னாள்:

"சொல்லுவழி கேக்கமாட்டியா.? என்னத்துக்கு அதெ போட்டுக் கொத்துதெ? சும்மா இரு."

இந்தச் சண்டையில் ஒரு அணிலும் தலையிட்டது. அது, புளிய மரத்தின் கிளையில் அமர்ந்திருந்து 'துஸ் துஸ்' என்று சண்டையை விலக்கிக்கொண்டிருந்தது.

அணிலிடம் குஞ்ஞுபாத்துமா சொன்னாள்:

"சொன்னா கேக்கமாட்டேணு சொல்லுது."

பறவைகளின் விஷயத்தில் பறவைகளாக இல்லாத மற்றொரு இனம் தலையிடுவது அவ்வளவு சரியில்லை என்றொரு கடின மான தாக்கீதுபோல் ஒரு மரம்கொத்தி சிலம்பியது. பிறகு அது ஒரு தென்னையின்மீது செம்பட்டினாலான ஒரு உருண்டை போல் அமர்ந்து 'கடு கடு'வென்று மரத்தைக் கொத்தத் தொடங் கியது. குருவிகள் பறந்துபோய் மற்றொரு மரத்தில் அமர்ந்து சண்டையைத் தொடர்ந்தன. கொத்துப்பட்ட குருவி, பரிதாபமான அலறலுடன் எழுவதும் விழுவதும் பறப்பதுமாகக் கடைசியில், கீழே காய்ந்த சருகுகள் நிறைந்த பள்ளமான காட்டுத் தோட்டத் தில் போய் விழுந்தது. இரண்டு கைகளையும் விரித்து கடைசியாக இயலாமையுடன் பூமியை ஆலிங்கனம் செய்கிற ஒரு மனித உயிர்போல்! பாவம், அந்தக் குருவி இரண்டு சிறகுகளையும் விரித்தபடியே கவிழ்ந்து கிடந்தது.

"பாரேன்..." குஞ்ஞுபாத்துமா மனம் நொந்துபோய்ச் சொன்னாள்: "என்ன வேலை செய்துபோட்டுது..."

அவள் பள்ளத்தின் அருகில் சென்றாள். உள்ளே இறங்கிப் பார்ப்பதற்கு எந்த வழியுமில்லை. உயிர் போயிருக்குமோ? அதன் வாயில் ஒரு துளி தண்ணீர் ஊற்றிக் கொடுத்தால் ஒருவேளை உயிர் பிழைக்கலாம். ஆனால், அதன் பெயரெழுதிய ஹஜ்ரத்துல் முன்தஹாவின் சிறு இலை உதிர்ந்திருக்குமோ? அந்த மரம் எவ்வளவு பெரிதாக இருக்கும்; எவ்வளவு இலைகள் அதில் இருக்க வேண்டும். இலைகள் எல்லாமே ஒரே அளவில் இருக்க முடியாது. எறும்பின் பெயர் எழுதப்பட்ட இலை குட்டியாக இருக்கும். அதை விடவும் கொஞ்சம் பெரியதாகக் குருவியின் பெயர் எழுதப்பட்ட இலையிருக்கும். யானையின் பெயர் எழுதப்பட்ட இலைதான் எல்லாவற்றையும் விடப் பெரியதாக இருக்கும். குஞ்ஞுபாத்துமா இதுவரை கடல் பார்த்ததில்லை. ஆகவேதான் யானையை விடவும் பெரிய

விலங்கினமான திமிங்கலத்தைப் பற்றி அவளுக்குத் தெரிய வில்லை. அவளுடைய தாத்தாவின் யானையின் பெயரை எழுதிய இலை காய்ந்து ஹஜ்ரத்துல் முன்தஹாவின் அடியில் விழுந்து கிடக்குமாக இருக்கலாம். ஒருவேளை, உலர்ந்து சுவர்க்கத்து மண்ணோடு கலந்து போயிருக்குமோ? சுவர்க்கத்தில் மண் இருக்கிறதா என்பதைப் பற்றியெல்லாம் குஞ்ஞுபாத்து மாவுக்குத் தெரியாது. அவள் பள்ளத்தின் அருகிலுள்ள ஒரு மூலிகைச் செடியைப் பற்றிப் பிடித்துக்கொண்டு மெல்ல கீழே இறங்குவதற்கு முயற்சி செய்யும்போது கால் பதித்து நின்ற மண்கட்டையும் பற்றியிருந்த செடியும் சேர்ந்து நகர்ந்ததும் அவள் கீழே விழுந்ததும் ஏக காலத்தில் நிகழ்ந்துவிட்டன.

"எனக்கெ *ரப்பே" என்றவாறே அவள் விழுந்தாள். எங்கெல்லாமோ அடியும், கீறலும், குத்தும் பட்டன. இடது கையின் மூட்டுப்பகுதியில், கீறிய இடத்திலிருந்து இரத்தம் வடிந்துகொண்டிருந்தது. அதையெல்லாம் அப்போது அவள் கவனிக்கவே இல்லை. அவளுக்கு வலியும் தாகமும் வருத்தமும். விழுந்த பிறகும் அந்தக் குருவியை எடுத்து விட்டுத்தான் எழுந்து உட்கார்ந்தாள். அது செத்துப்போய்விட்டதாக அவளுக்குத் தோன்றியது. அதற்குக் கொஞ்சம் தண்ணீர் கொடுத்துப் பார்த்தால் என்ன? அப்போதுதான் கையில் இரத்தம் வடிந்து கொண்டிருப்பதை அவள் கவனித்தாள்.

"ஒன்னாலதான் கையெல்லாம் கீறிச்சு" என்று சொல்லி விட்டு இடது கை விரலால் அதன் உதடுகளை மெல்லத் திறந்தாள். வலது கையின் ஆட்காட்டி விரலில் ஒரு துளி இரத்தத்தைத் தொட்டு அதன் வாயில் வைத்தாள். பிறகு அதன் இறகுகளை நேராக வைத்தாள். அதை மெல்லத் திருப்பிய போது அதன் வயிறு தெரிந்தது. "ரப்பே . . . பெஞ்சாதிக் குருவியா?" என்று தன்னை மறந்து சொல்லிவிட்டாள் குஞ்ஞுபாத்துமா. சிவப்பு நிறத்தில் கஞ்சித் தண்ணீரில் படர்ந்திருக்கும் ஆடை போலிருந்தது, அதன் வயிற்றிலுள்ள தோல் பகுதி. இறகுகளின் இடையினூடே இரண்டு சிறு முட்டைகளிருப்பது தெளிவாகத் தெரிந்தது. வாப்பா, உம்மாவைக் கழுத்தில் குத்திப் பிடித்துக் கொல்ல முயற்சி செய்ததுபோல் . . . "ஓஹோ..!" அவள் கேட்டாள்:

"கெட்டுனவன் குருவி, ஏன் கெட்டுனவொ குருவியைக் கொத்திக் கொன்னுது?"

அப்போதுதான் அதன் உயிர் போகவில்லை என்பதை அவள் தெரிந்துகொண்டாள். அதன் கண்கள் திறந்தபடியே இருந்தன. அதனூடே தெரிந்த உயிரின் துடிப்பையும் அவள்

---

* ஆண்டவா

கவனித்தாள். அவள் மெதுவாக எழுந்தாள். மேலே மேட்டுப் பகுதியில் ஒரு இளைஞன் நின்றிருப்பதை அவள் கவனிக்க வில்லை. மேலே ஏற முடியாமல் அவள் திணறினாள். பள்ளத் தினூடே ஒரு கால் மைல் தூரம் நடந்தால் வயலில் போய் ஏறலாம். அப்படிப் போவதும் சரியில்லைதான். ஊருக்குள் நடந்துதான் வர வேண்டியதிருக்கும். என்ன செய்வது? அப்படியே நிற்கும்போதுதான் அந்தச் சத்தம் வந்தது. அவள் பயந்துவிடவில்லை. ஆனால், கூச்சமாக இருந்தது. ஒரு ஆணின் கேள்வி:

"குருவி உயிரோடவா இருக்கு?"

யாரிது? அவள் பதில் சொல்லவில்லை. காதில் விழவில்லை யென்பதுபோலிருக்கட்டும். என்ன ஒரு விவரக்கேடு? அவள் முகம் குனிந்து தரையையே பார்த்துக்கொண்டு நின்றிருந்தாள். சருகிலைகளில் விழுந்து கிடக்கும் அவளது இரத்தத் துளிகளைச் சுற்றி ஒரு ஐந்நூறு எறும்புகளிருக்கும். கூடி நின்று சுவைத்துக் கொண்டிருந்தன.

"மேலே ஏற முடியலியா?" மேலே இருந்து திரும்பவும் சத்தம் வந்தது.

ஏற முடியவில்லைதான். இருந்தாலும் என்ன பதில் சொல்வது? அவள் உண்மையைச் சொன்னாள்:

"கஷ்டமாத்தான் இருக்கு."

"முடியலியா?"

"ஓ . . ."

அப்படிச் சொன்னது சரிதானா? இதை உலகம் அறிந்தால் என்ன சொல்லும். கல்யாண வயதைக் கடந்து நிற்கும் ஒரு இஸ்லாமானக் குமரி, முன்பின் அறியாத ஒரு ஆணாப் பிறந்தவனுடன் பேசினாள். இதை நினைத்துப் பார்த்ததும் குஞ்ஞுபாத்துமா, ஆகத் தளர்ந்துபோய்விட்டாள். அப்படியே நிற்கும்போது இன்னொரு பக்கம் சில மண் கட்டிகள் அடர்ந்து விழுவதைக் கவனித்தாள். அவன் இறங்கி வருகிறான் . . . வெள்ளை வேட்டியும் வெள்ளைச் சட்டையுமணிந்த ஒரு இளைஞன். இடது கையின் மணிக்கட்டில் ஒரு தங்கக் கைக்கடிகாரமும் அணிந்திருந்தான். தலைமுடியைக் கிராப் செய்திருந்தான்.

அவளால் அவ்வளவுதான் பார்க்க முடியும். மூலிகைச் செடிகளைப் பிடித்தவாறே மெல்ல இறங்கி வந்துகொண்டிருந்த அவனும் அவள் விழுந்ததுபோல் விழுந்துவிடுவானோ? ரப்பே . . . மெதுவாக . . . இப்படியாகப் பதற்றத்துடன் அவள் நின்றிருந் தாள்.

“என் இத்தனை வயசுக்குள்ளெ உன்னைப்போல ஒரு பெண்ணை நான் பாத்ததே இல்லை. ஆச்சரியமா இருக்கு, நீ செய்யிற வேலை . . . குருவியோட பேர் என்ன ?” மூச்சு வாங்கியபடியே அந்த இளைஞன் இதைக் கேட்டு முடித்தான். சிறு மீசையும் சிரிக்கும் கண்களும்கொண்ட ஒருவன். அவளைப் போல் நல்ல வெளுப்பொன்றும் கிடையாது. அவன் அவளுடைய பெயரைக் கேட்டதாக நினைத்துச் சொன்னாள்:

“குஞ்ஞுபாத்துமா.”

“பேரு, குஞ்ஞுபாத்துமாவா ?”

“ஓ.”

“பரவாயில்லை, நல்ல பேரு.” திரும்பவும் அந்த இளைஞன் கேட்டான்: “குஞ்ஞுபாத்துமாவோட ரத்தமா இலையில கெடக்குறது.?

“ஓ” என்று சொல்லும்போதே மூட்டின்கீழ்ப் பகுதி வலிக்கத் தொடங்கியது. அவள் கையைத் திருப்பிப் பார்த்தாள். ஏதோ, கல்லோ மரத்துண்டோ பட்டுக் கீறியிருக்கிறது. இரத்தம் வடிந்து கொண்டிருந்தது.

“பாக்கலாம்.” அந்த இளைஞன் கேட்டான். “கையை மேலெ தூக்கிப்பிடிச்சுக்கோ, ரத்தம் வடியாம.”

பிறகு அந்த இளைஞன் சட்டைப் பையிலிருந்த கைத் துண்டையெடுத்து நீளமாக மூன்றாகக் கிழித்து அப்படியே கையைத் தூக்கி வைத்துக் கட்டினான். பிறகு பாக்கெட்டிலிருந்த சிகரெட் பெட்டியைத் திறந்து அதில் ஒரு சிகரெட்டின் காகிதத் தைக் கிழித்துப் புகையிலை முழுவதையும் உள்ளங்கையில் கொட்டிவிட்டு, “கையைக் கொஞ்சம் தாழ்த்தி வை” என்றான்.

அவள் கையைத் தாழ்த்தினாள். காயத்தில் புகையிலையை வைத்து மெல்ல அவன் அழுத்திப் பிடித்தான். அவளது மார் பகங்கள் எங்கே அவனின் உடலில் பட்டு விடுமோ என்று அவள் பயந்து உடம்பை உள்பக்கமாக எக்கிக்கொள்வதற்காக லேசாக வளைந்தாள். அப்போதுதான் சிறு பதற்றத்துடன் அவள் அந்தக் காட்சியைக் கண்டாள். அதைப் பார்த்தபோது அவளுக்கு வருத்தமாக இருந்தது. அந்த இளைஞனின் இடது கையில் சுண்டு விரல் இல்லை. வெட்டி நீக்கியதைப் போல் . . . அது எப்படி இல்லாமல் போனது.? . . . ஆனால், அவள் கேட்க வில்லை.

அவன் கேட்டான்:

“எரியுதா ?”

"இல்லெ."

"கொஞ்சமும்?"

"எள்ளுப்போலெ."

"ம்... பரவாயில்லே. கையை நனைக்கக் கூடாது என்ன? ரெண்டுமூணு நாள் கழியும்போது புண்ணு ஆறியிருக்கும்" என்று சொல்லி இறுகக் கட்டிவைத்தான். அதன் பிறகு ஒரு சிகரெட்டைப் பற்ற வைத்து இழுத்தபடியே சிரிப்புடன் கேட்டான்:

"எப்பிடி மேலே ஏறுவே, குஞ்ஞுபாத்துமா?"

குஞ்ஞுபாத்துமாவுக்கு எப்படி என்பது தெரியவில்லை. இருந்தாலும் அவளுக்குப் பதற்றமோ பயமோ இருக்கவில்லை. நல்ல குளிர் நேரத்தில் தீயின் அருகில் நிற்பதுபோல்... ஏனோ அவளுக்கு அப்படித்தான் தோன்றியது.

"குருவியைக் காட்டு, பாப்போம்."

அவள் கையை விரித்துக் காட்டினாள். குருவி, நன்றியையோ அன்பையோ பிரகடனப்படுத்துவதுபோல் சிறு சத்தத்துடன் பறந்து சென்றது.

"குஞ்ஞுபாத்துமாவாலே பறக்க முடியுமா?"

"முடியாது."

"சரி, அப்படின்னா நமக்குச் சிறகு வைக்கலாம்" என்று சொல்லிவிட்டு அந்த இளைஞன் குஞ்ஞுபாத்துமாவின் வலது கையைப் பிடித்துக்கொண்டு திட்டு வழியாக ஏறினான். "பயப்படாதே... சும்மா வா" என்றெல்லாம் இடையிடையே சொன்னான். இவ்வளவு சிரமமில்லாமல் எப்படி ஏற முடிந்தது என்பது அவளுக்குத் தெரியவில்லை. ஒருவகையில் ஆச்சரிய மாகவுமிருந்தது. மேலே ஏறியதும் அவன், "சரி, இனி குஞ்ஞு பாத்துமா போகலாம்" என்று சொல்லிவிட்டுச் சிரித்தபடியே பள்ளத்தில் குதித்தோடி மறைந்தான்.

குஞ்ஞுபாத்துமா பிறகு கனவுலகத்தில் வாழ்பவள் போலானாள். அவளது ஒவ்வொரு அணுவும் சுகமான அனுபவங்களுடன் பிரகாசிப்பதுபோல் தோன்றியது. மனம் நிரம்பிய மகிழ்ச்சியும்.

அவள் பாளையும் கயிறும் உடைகளுமாக பக்கத்துத் தோட்டத்தில் நுழைந்து கிணற்றங்கரைக்குச் சென்றாள். குளிப்பதற்கு முன் அவள் நிறைய முல்லைப்பூக்களைப் பொறுக்கி ஒரு இலையில் கூட்டி வைத்தாள். பிறகு குப்பாயத்தைக்

கழற்றினாள். டவலை உடுத்தி வேட்டியை அவிழ்த்து வைத்தாள். கட்டி வைத்திருந்த முடியை அவிழ்த்து விட்டாள். பாளையைக் கிணற்றில் இறக்கினாள். அது நீரில் தொடும் போது அந்த இளைஞனை நினைத்தாள். 'கையை நனைக்கக் கூடாது' என்று அவன் சொன்ன வார்த்தைகளைத்தான். அதிசயம் என்றுதான் சொல்ல வேண்டும். அப்போது அவள் வெட்கம்மேலிட ஏனோ மனம் குமைந்தாள் . . . பாளையையும் கயிற்றையும் பதற்றத்தில் கிணற்றுக்குள் தவற விட்டுவிட்டு உடுப்புகளை வேக வேகமாக அள்ளியெடுத்து மார்பகத்தை மறைத்தபடி குனிந்தமர்ந்து கொண்டாள். ஏனென்றால், அந்த ஆணாகப் பிறந்தவன் அப்போது தோட்டத்தின் வாசலைத் திறந்து முற்றத்திலிறங்கினான்.

"ஓ . .! குஞ்ஞுபாத்துமா குளிக்கிறாயா?" என்று கேட்ட அவன், "நான் கவனிக்கலே; சரி, கொஞ்சம் தண்ணி வேணும். எடுத்துட்டு உடனே போயிடுறேன். ஒரு பாத்திரம் தண்ணி ஊற்று . . ." என்றான்.

குஞ்ஞுபாத்துமா மெதுவாகச் சொன்னாள்:

"பாளெயும் கயிறும் கெணத்துலெ உழுந்துட்டுது."

"என்னது? பாளையும் கயிறும் . .?"

"கெணத்துலெ உழுந்துட்டுது."

அந்த இளைஞன் சிரித்தபடியே கிணற்றுக்குள் பார்த்தான்.

"இனி எப்படிக் குளிப்பே.?" அவன் கேட்டான். குஞ்ஞு பாத்துமா எதுவுமே சொல்லவில்லை. பாளையும் கயிறுமில்லாமல் வீட்டுக்குச் சென்றால் உம்மா வேறு திட்டுவாள்.

அந்த ஆணாகப் பிறந்தவன் வேட்டியை மடித்துக் கட்டி விட்டு மெதுவாகக் கிணற்றின் பக்கவாட்டுச் சுவரினூடே இறங்கிப் பாளையையும் கயிற்றையும் எடுத்துக்கொண்டு மேலே ஏறி வந்தான். கொண்டு வந்த பாத்திரத்தில் தண்ணீரை நிரப்பிக் கொண்டு போகும்போது சொன்னான்:

"குஞ்ஞுபாத்துமா குளி. காயம்பட்ட அந்த இடத்தெ நனைக்க வேண்டாம் என்ன?"

அந்த இளைஞன் வீட்டுக்குள் நுழைந்து கதவை மூடினான். அவள் குப்பாயத்தை அணிந்து, வேட்டியையும் உடுத்தி பாளையும் கயிறும் டவலுமாகத் திரும்பி மெல்ல வீட்டுக்கு நடந்தாள். வீட்டில் போய்த் தண்ணீர் மொண்டு வைத்துக் குளித்தாள். அந்த இளைஞனை அப்போது நினைத்துப் பார்த்தாள். வெட்கத்தினாலோ என்னமோ உடலும் முகமுமெல்லாம்

எரிவதுபோலிருந்தது. அந்த ஆள் யார்? அந்த வீட்டிற்குள் அவன் எப்படி வந்தான்? அன்றிரவு அவள் சாப்பிடவில்லை. உம்மா கேட்டபோது வேண்டாமென்று சொல்லிவிட்டாள். வாப்பா கேட்டபோது, "எனக்கெ வயிறு வலிக்குது" என்றாள்.

அப்படியாக அனைவரும் சேர்ந்து இரவின் நிசப்தத்தில் தௌபா செய்யும்போதும் குஞ்ஞுபாத்துமா அந்த அன்னிய இளைஞனைப் பற்றி நினைத்தாள். தௌபா செய்யும்போது இரவு நீண்ட நேரமாகி விட்டது. மண்ணெண்ணெய் விளக்கின் முன் அமர்ந்து கித்தாபு பார்த்து வாப்பாதான் தௌபா சொல்லிக் கொடுத்துக்கொண்டிருந்தார். அனைத்துலகையும் படைத்த., எல்லா ஜீவராசிகளுக்கும் அதிபதியாகிய., உருவமில்லாதவனும் கருணையே வடிவானவனுமாகிய அல்லாஹுவிடம் மூன்று உயிர்கள் இரவின் ஏகாந்த அமைதியிலமர்ந்து பிரார்த்தனை செய்கின்றன. வாப்பா சொல்லுவதைக் குஞ்ஞுபாத்துமாவும் உம்மாவும் பயபக்தியுடன் ஏற்றுச் சொல்லிக்கொண்டிருந் தார்கள். ஒவ்வொரு வரியையும் மூன்று குரல்களில் மூன்று பேரும் சொன்னார்கள். அவர்கள் ரப்புல் ஆலமீனான தம்பு ரானிடம் மன்னிப்புக் கேட்டு இறைஞ்சினார்கள்.

வாப்பா பக்தியுடன் தொடங்கினார்.

"எங்களின் தம்புரானே ... நாங்கள் உன்னிடம் பிழை பொறுக்கக் கோருகிறோம், யா அல்லாஹ். எங்களுடைய எல்லாச் சின்னஞ்சிறிய குற்றங்களைச் சொல்லியும் எல்லாப் பெரிய குற்றங்களைச் சொல்லியும் நாங்கள் தெரிந்து செய்த குற்றங்களையும் தெரியாமல் செய்த குற்றங்களைச் சொல்லியும் பயந்து, மனம் பதைத்து தௌபா செய்து மீள்கிறோம் தம்புரானே." இப்படியாக, மேலும் இனிமேல் தவறுகள் செய்ய மாட்டோம் என்றும் *'கல்ஃபை ஓஸுவா'க்கும் இபுலீஸ் எனும் பகைவனின் தொந்தரவிலிருந்து பாதுகாப்புத் தர வேண்டியும் எல்லோரும் இறுதியில் ஃபிர்தௌஸ் எனும் சுவர்க்கத்தினுள் நுழையச் செய்து இறைவனது திருக்காட்சியையும் நபிதங்களின் திருக் கல்யாணத்தை எங்களுடைய இரு கண்களால் காணவும் அதில் கலந்துகொள்ளவும் உன்னுடைய அளப்பரிய உதவியைக் கோருகிறோம் தம்புரானே" என்றும் பக்தி நிறைந்த மனதுடன் ஆமீன் சொல்லி முடித்தார்கள்.

அதன் பிறகு, கொஞ்ச நாட்கள் உம்மா பெரிய ஆர்ப் பாட்டம் எதுவும் செய்யவில்லை. 'தவமிருந்து பெற்ற மகளாக்கும்'

---

* மனதைச் சீர் கெடுக்கும்

என்றெல்லாம் அன்போடு சொல்லிக் கொண்டாலும் உம்மாவின் பிரச்சினைகள் மீண்டும் ஆரம்பித்தன. மிகவும் மோசமாகப் பேசினாள். மீண்டும் சண்டை தொடங்கியது. மனதில் தோன்றுவதையெல்லாம் சொல்லி வாப்பாவைத் திட்டினாள். வாப்பாவின் கோபத்தைத் தூண்டுவதற்காக அவள் குஞ்ஞுபாத்துமாவையும் திட்டினாள். அவள் ஏதாவது பதில் சொன்னால் உடனே தொடங்கி விடுவாள்.

“அதுனாலெதான் பெண்ணே ஒன்னை ஆருமே கெட்ட வராத்தது. நீ இப்பிடியே இருந்து பூசணம் பூக்க வேண்டியதுதான். நீ பாக்கியம் கெட்டவொ. நான் கெட்டுப்பட்டது, பதினாலாமது வயசுலெட்டீ. ஒனக்கிப்பொ வயசு, இருவத்திரெண்டுட்டீ, இருவத்திரெண்டு.”

வாப்பா சொல்வார்:

“ஒன்னாலெ இப்போ சும்மா இருக்க முடியுமா முடியாதா? ஆண்டவனுக்கெ நாட்டம் இருந்தா இந்த வருசமே அவளுக்கெ கலியாணம் நடக்கும். நான் மாப்புளெ பாத்துட்டுதான் இருக்கேன்.”

“ஓ, இவளெ கெட்டுதுக்கு வாரானுவொ.”

உம்மாவின் அபிப்பிராயப்படி குஞ்ஞுபாத்துமாவைக் கல்யாணம் செய்துகொள்வதற்கு யாருமே முன்வர மாட்டார்கள்.

"என்னத்தெ இருக்குதுதாம் இவளுட்டெ, பாத்துட்டு வரூதுக்கு."

எதுவுமே இல்லை. சீதனம் கொடுக்க ஏதாவது இருக்கிறதா? தங்க உருப்படிகளோ உடுதுணிகளோ ஏதாவது இருக்கிறதா?

வாப்பா சொல்லுவார்:

"எவனாவது வருவானுவொ."

யார் வருவார்கள்? மனதை நிம்மதியிழக்க வைக்கும் ஒரு விஷயம்தான். யார் வந்தால்தான் என்ன? வீட்டுக்குள் எந்த அமைதியுமில்லை. எப்போதுமே திட்டும் சாபமும்தான். உம்மாவுக்கு எதிலும் எதற்கும் முந்திக்கொண்டு அபிப்பிராயம் சொல்ல வேண்டும். ஊரில் நடக்கிற எதைப் பற்றியும் உம்மா விடம் கலந்தாலோசிக்க வேண்டும். ஆனால், யாருமே அப்படிச் செய்வதில்லை. உம்மா இதை நினைத்து எல்லோரையும் திட்டுவாள். வழியே போகிற பிள்ளைகளெல்லாம் உம்மாவைப் பரிகாசம் செய்தார்கள். வாப்பா இதற்காக அவர்களிடம் சண்டைக்குப் போக வேண்டும். இல்லையென்றால் உம்மா அந்தப் பழைய மிதியடியின்மீது நடந்து அவர்களிடம் சண்டைக்குப் போவாள். அவர்களுடைய வாப்பாவையும் அக்காமார்களையும் திட்டுவாள். உம்மாவுக்கு எல்லாவற்றிற்கும் லைசன்ஸ் உண்டு. பள்ளிவாசலை நிர்வாகம் செய்வதிலும் உம்மாவின் பங்கிருக்க வேண்டும். பள்ளிவாசலில் கத்தீபையோ, மோதீனையோ நியமிக்கும்போதும் உம்மாவிடம் யோசனைக் கேட்டிருக்க வேண்டும். ஆனால், அப்படி யாருமே கேட்பதில்லை.

உம்மா உட்கார்ந்து, இழந்துவிட்ட பழைய பிரதாபத்தை நினைத்து எல்லோரையும் திட்டுவாள்.

வாப்பா சொல்வார்:

"ஒன்னாலெ இப்போ சும்மா இருக்க முடியுமா, முடியாதா?"

"இருக்க முடியாதுண்ணா, செம்மீனடிமெ மூக்கு வழியா உறிஞ்சு எடுத்துருவாராக்கும்."

"எடீ . . ." வாப்பாவின் இந்தச் சத்தமும் பார்வையும் . . .

குஞ்ஞுபாத்துமா நடுங்கியபடியே நிற்பாள். என்ன நடக்கப் போகிறதோ?

அவள் மெதுவாகக் கூப்பிடுவாள்:

"வாப்பா!"

வாப்பா அவளைச் சோகமாகப் பார்த்துவிட்டு எதுவும் பேசாமல் இறங்கி வெளியே போவார். வீட்டில் அமைதி வேண்டுமே?

உம்மாவுக்கும் வாப்பாவுக்கும் மீண்டும் ஒருவருக்கொருவர் கண்டாலே பிடிக்காது என்கிற நிலைமையேற்பட்டது. ஏன் இப்படியெல்லாம் நடக்கிறது? குஞ்ஞுபாத்துமா அப்படியே அமர்ந்து அந்த இளைஞனைப் பற்றி நினைத்துப் பார்ப்பாள். பார்க்கவே முடியவில்லையே? எங்கே போய் விட்டான்? அவன் பெயர் என்ன? என்ன ஜாதி? எதுவுமே தெரியாது. வாழ்க்கையில் ஒரு தடவை மட்டுமே பார்த்த ஒரு நல்ல மனிதன். அந்த முகம்; அந்தப் புன்சிரிப்பு; இழந்துபோன அந்த விரல்... ஏன் என்று தெரியவில்லை. இழந்துவிட்ட அந்த விரலைப் பற்றி அவள் அடிக்கடி நினைத்துப் பார்ப்பாள். ஆளில்லாத அந்த வீடு. கிணற்றங்கரையில் படர்ந்து கிடக்கும் முல்லைப் பூக்கள். மிச்சமிருக்கும் அந்த விசாலமான தோட்டத் தில் எதுவுமே கிடையாது. காய்ந்து கிடக்கும் புற்கள் மட்டும் தானிருந்தன. ஆளறியாத அந்த இளைஞன் போட்ட கட்டைக் குஞ்ஞுபாத்துமா அவிழ்த்துப் பார்த்தாள். காயம் ஆறியிருந்தது.

எல்லாமே பழைய வரலாற்றின் வெறும் நினைவுகளாக மாறியிருந்தன.

அப்படியே நாட்கள் பல கடந்தபோது அந்தத் தோட்டத்தை யும் வீட்டையும் யாரோ விலைக்கு வாங்கியிருப்பதாக அறிந்தாள். யாரது? ஆனால், இரண்டு மூன்று நாட்கள் கழிந்ததும் வேதனை யுடன் அவள் புரிந்துகொண்டாள். தொலைவிலுள்ள யாரோ ஒருவர். குளித்துவிட்டு வந்து அதில் இருந்தவர். அவர்கள் மூன்று பேரிருந்தார்கள். காஃபிர்கள். ஒரு, வயதான ஆணும் வயதான பெண்ணும். கூடவே, பகட்டுக்காரியான ஒரு சின்ன காஃபிருச்சியும்.

குஞ்ஞுபாத்துமாவுக்கு மிகவும் வருத்தமாக இருந்தது. ஏதோ ஒரு இயலாமை. தானொரு அதிர்ஷ்டமில்லாதவள். இறுகிய மனதுடன் அவள் படைத்தவனிடம் கேட்பாள்:

"யா ரப்புல் ஆலமீன்."

அனைத்துலகையும் படைத்தவனே என்று மட்டும். இறுகி உடைந்து விடுகிற எதிர்பார்ப்புகளுடன் அவள் அப்படியே நின்றிருப்பாள்.

அவளுடைய அபிலாசை என்ன?

எதிர்காலம் எப்படியிருக்கும்?

7

கள்ள புத்தூஸூ

ஒருநாள் மதிய நேரம், பக்கத்து வீட்டுக்காரியான அந்தச் சின்ன காஃபிரிச்சி அல்லிக்குளத்தின் அருகில் நின்று சேலையையும் ஜாக்கெட்டையும் கழற்றிக்கொண் டிருப்பதைக் குஞ்ஞுபாத்துமா பார்த்தாள்.

அந்தக் குமரி, பாவாடையும் பாடீஸூமாக நிற்கிறாள்.

"குப்பாயத்தின் அடியிலெ குட்டிக் குப்பாயம் . . . உள்ளுடுப்பு . . . ஹோ" என்றவள் மனதிற்குள் நினைத்துக் கொண்டாள். கூடவே அவளுக்குள் ஒரு வருத்தமும் உருவானது.

படைத்தவனே, அந்தச் சின்ன காஃபிரிச்சி குளிக்கப் போகிறாள். கன்னட்டைக் கடித்துக் கொன்றுவிடுமே?

குஞ்ஞுபாத்துமா இறங்கி ஓடினாள். அவளுடைய தலை முடி அவிழ்ந்து விழுந்தது. இருந்தபோதும் அவள் நிற்க வில்லை. "குளிக்காண்டாம் . . . குளிக்காண்டாம்" என்று சொன்னபடியே மூச்சு வாங்க அவளது அருகில் போய் நின்றாள்.

அந்தச் சின்ன காஃபிரிச்சி எந்தவிதமான கோபத்தையும் முகத்தில் காட்டிக்கொள்ளாமல் குஞ்ஞுபாத்துமாவிடம் சொன்னாள்:

"புத்தூசே . . . குளிக்க வேண்டாம், குளிக்க வேண்டாம்னு சொல்லணும்."

குஞ்ஞுபாத்துமா பதிலே சொல்லவில்லை. ஓஹோ? அப்படியென்றால் கன்னட்டைக் கடித்துக் கொல்லட்டும். ஆளைப்பாரேன், குளிக்க வேண்டாம் என்றுதான் சொல்ல வேண்டுமாக்கும்? ஏன், குளிக்காண்டாம் என்று சொன்னால் என்னவாம்? அவளுடைய கிண்ணாரத்

தைப் பாரேன். குஞ்ஞுபாத்துமா நினைத்துக்கொண்டாள்: 'காஃபிரிச்சிகளெல்லாம் இப்படித்தான் இருப்பார்களோ? 'சிமிட்டிகளு!' ஆனால், அவளுக்குப் பழைய நினைவுகள்தான் வந்தன. பண்டு, சின்ன வயதில் வாப்பா அவளுக்கு எண்ணெ யெல்லாம் புரட்டி ஆற்றுக்குக் குளிக்கக் கூட்டிக்கொண்டு போகும் ஞாபகம். அன்றெல்லாம் அந்த ஆசிரியை காஃபிரிச்சி கள் எவ்வளவு அன்பாக நடந்துகொண்டார்கள்? இவளும் அவர்களைப் போல்தான் பேசுகிறாள். ஆனால் . . . அவர்களை விட பெரிய சிமிட்டியாக இருக்கிறாள். குஞ்ஞுபாத்துமா விரால் மீனைப் பார்ப்பதற்காக அல்லிக்குளத்தின் அருகில் சென்றாள்.

"ஆஹா, முடி எவ்வளவு அழகாக இருக்கு." சிமிட்டி சொல்கிறாள்.

"அந்தக் கறுத்த மச்சமும்கூட நல்ல அழகுதான்." என்று சொன்னபடியே தளுக்குக்காரி, ஜாக்கெட்டையும் அணிந்து சேலையையும் சுற்றிக்கொண்டு குஞ்ஞுபாத்துமாவின் பக்கத்தில் சென்று தோரணையுடன் கேட்டாள்:

"ஹேய் சுந்தரி, இந்தக் குளத்திலே குளிக்கக் கூடாதுனு சொல்லி ஏதாவது தடையுத்தரவா போட்டிருக்கு?"

குஞ்ஞுபாத்துமா சொன்னாள்:

"எனக்க பேரு துந்தரிணு ஒண்ணுமில்லெ."

என்னது, துந்தரியில்லையா? சிமிட்டி சிரித்தாள். "புத்தூசே, சுந்தரினு சொல்லணும். சரி, உன் பெயரென்ன?"

"குஞ்ஞுபாத்துமா."

"அழகான பெயர். முகம்மது நபி ஸல்லல்லாஹு அலை ஹிவஸல்லம் அவர்களுடைய மகளார் பாத்திமாவின் பெயர். சரி, அதிருக்கட்டும். இந்த ஆம்பல் குளத்தில் குளித்தால் என்னவாம்?"

"கன்னட்டெ கடிச்சுப்போடும்."

"பொம்பளை அட்டையா, ஆம்பளை அட்டையா?"

"மாப்புளையும் பெஞ்சாதியுமாத்தான் இருந்தாங்கொ. அதுலெ ஒண்ணு என்னெக் கடிச்சி சோரை முழுசையும் குடிச்சிப்போட்டுது." குஞ்ஞுபாத்துமா தொடர்ந்து சொன்னாள்: "எஞ் சோரை முழுசையும் குடிச்சி வீர்த்த கன்னட்டையெ ரால் மீனு கடிச்சித் தின்னு போட்டுது. இதுலெ தண்ணிப் பாம்பும் கறுப்பாமையும்கூட உண்டு." பிறகு, குஞ்ஞுபாத்துமா தன்னை, கன்னட்டை கடித்த சம்பவத்தை உணர்ச்சிபூர்வ மாக விவரித்தாள். வீங்கிய அந்த அட்டை, தொடையில் தொங்கிக்கிடந்த கட்டம் வரும்போது சிமிட்டி நடுக்கத்துடன்

விழி பிதுங்க நின்றிருந்தாள். 'ம் ஓ!' என்றெல்லாம் குட்டி யானை உறுமுவதுபோல் சத்தமெழுப்பினாள். "நானாக இருந் திருந்தால் கூப்பாடுப் போட்டு ஊரைக் கூட்டியிருப்பேன். கடைசியிலே மயக்கம் போட்டு விழுந்துமிருப்பேன்." சிமிட்டி சொன்னாள்:

குஞ்ஞுபாத்துமா கூப்பாடு போடவில்லையல்லவா? மயக்கம் போட்டு விழுந்துவிடவுமில்லை. இது அவளுக்குப் பெருமையாக இருந்தது. அவள் புளிய மரத்தின் அருகில் சென்றாள். ஒரு பழுத்த வாளன்புளி கிடப்பதைக் கண்டாள். அதை எடுத்துத் தோட்டையுடைத்து சிறு துண்டையெடுத்து வாயிலிட்டாள்.

தளுக்கி அவளது அருகில் சென்று, "வாளன்புளி தின்கிறா யோ?" என்று கேட்டாள்.

"ஓ." எல்லாப் பெண்களுக்குமே புளியென்றால் ரொம்பவும் பிடிக்குமோ? இதில் குஞ்ஞுபாத்துமாவுக்குச் சந்தேகமிருந்தது. இருந்தாலும் அவள் கேட்டாள்:

"வேணுமா?"

"ஒரு சின்னத் துண்டு தாயேன்" என்று சிமிட்டி சொல்லும் போது அவளது நாக்கிலும் நீரூறியிருப்பதுபோல் குஞ்ஞுபாத்து மாவுக்குத் தோன்றியது. குஞ்ஞுபாத்துமா ஒரு பெரிய துண்டைக் கொடுத்தாள். சிமிட்டி அதை வாங்கித் தின்றாள். சாதாரண மாகப் பெண்கள் வாளன்புளி தின்பதைப் போல் அல்ல, அவள் அதைத் தின்றது. கண்களைச் சுருக்கிக்கொள்ளவோ முகத்தை எட்டுக் கோணலாக்கவோ அவள் செய்யவில்லை. காஃபிரிச்சிச் சிமிட்டி, அதை அப்படியே வாங்கிக் கொட்டை யுடன் சேர்த்து வாயிலிட்டு விழுங்கிவிட்டாள்.

குஞ்ஞுபாத்துமா ஆச்சரியத்துடன் சொன்னாள்:

"அப்பிடியே முழுங்கக் கூடாது."

"விழுங்கினால் என்னவாகும்?"

"கொட்டை வயித்துலெ கெடந்து வளரும்; பெரூசா, மரமாயிரும்."

சிமிட்டி சொன்னாள்:

"என் வயிற்றுக்குள்ளே கருங்கல்லைப் போட்டாலும் ஜீரண மாயிடும். என்னோட வயசு அப்படினு எல்லோரும் சொல்வாங்க."

குஞ்ஞுபாத்துமா இன்னொரு பெரிய துண்டைக் கொடுத்து விட்டுக் கேட்டாள்:

"எத்தனை வயசாவுது?"

"பதினேழு."

“எனக்கு, இருவத்திரெண்டு வயசாச்சிணு உம்மா சொன்னாங்கோ.”

“வாப்பா எவ்வளவுனு சொல்றாரு?”

குஞ்ஞுபாத்துமா பதில் சொல்லவில்லை.

“ஏன் புத்தூசே, எதுவும் சொல்ல மாட்டெங்குறே?”

“என்னெ எதுக்கு புத்தூசேணு கூப்பிடணும்?”

“புத்தூசே, அப்படிக் கேட்கக் கூடாது. என்னை ஏன் புத்தூசேனு கூப்பிடுறே. இப்படிக் கேட்கணும். நான் ஏன் புத்தூசேனு கூப்பிடுறேன்னா? எனக்கே அது என்னான்னு தெரியாது? மாதர்குல மாணிக்கங்கள் எல்லாரையும் கள்ள புத்தூஸ்னு கூப்பிடலாம். அதனாலேதான் எங்க *காக்கா என்னைக் கள்ள புத்தூஸ்னு கூப்பிடுவாங்க.”

காக்கா, நபி (ஸ. அ) . . . காஃபிரிச்சி என்ன இப்பிடியெல்லாம் பேசுதா?

“நான் இப்படியாகப் புரிந்துகொண்டிருப்பது பெண்களுடைய மற்றொரு சொல்தான் கள்ள புத்தூஸ். அப்புறம், எங்க காக்கா என்னை ‘லுட்டாப்பி’னும் கூப்பிடுவாங்க.”

“ஒன் காக்காவுக்கெ பேரென்னதாக்கும்?”

“நிஸார் அகமது.”

“நிஸார் அகமதா ..? ஒம்பேரு?”

பெருமை பீத்தும் அந்தக் கண்டாங்கிக்காரி சொன்னாள்:

“ஆயிஷா.”

“நீ என்ன ஜாதி?”

பெருமை பீத்தும் கண்டாங்கி சொன்னாள்:

“முஸ்லிம்.”

யா ரப்புல் ஆலமீனே! குஞ்ஞுபாத்துமா கேட்டாள்:

“எங்களெ எல்லாம் போலெதானா?”

“இல்லை, நாங்களெல்லாம் உண்மையான முஸ்லிம்கள்.”

உண்மையான முஸ்லிம்கள் . . . காது இரண்டிலும் அலுக்கத்துப் போடவில்லை. காதின் மடலில் இரண்டு தங்கத் துணுக்குகள் மட்டும்தானிருக்கின்றன. உடுத்திருப்பது சேலை. பிளவுஸ் என்கிற குப்பாயம் அணிந்திருக்கிறாள். அதனுள் இத்துனூண்டு காணும் ஒரு கூட்டுக் குப்பாயம் வேறு.

“பேரென்ன சொன்னே?”

---

* அண்ணன்

"ஆயிஷா. நீ விரும்பினால் ஆயிஷா பீவினோ, பேகம் ஆயிஷானோ கூப்பிடலாம். ஆயிஷா பானு அப்படீன்னும் கூப்பிட்டுக்கோ. காலேஜில் என்னை ஆயிஷா பீவினுதான் சொல்வாங்க. வீட்டில் எங்க வாப்பாவும் உம்மாவும் ஆயிஷானு கூப்பிடுவாங்க. நான் சொன்னேனே, எங்க காக்கா என்னை லுட்டாப்பினு கூப்பிடுவாங்க. கள்ள புத்தூஸ்னும் கூப்பிடு வாங்க."

ஆயிஷா! முகம்மது நபியின் மனைவியின் பெயர். யா ரப்புல் ஆலமீனே!

குஞ்ஞுபாத்துமா அதிசயமாகப் பார்த்தாள்.

'இதுவளெல்லாம் இஸ்லாமானதுவதானா?'

"மொகத்துலெ முடியில்லாமெ, தலையிலெ முடிவெச்சிருக் குத அந்த ஆணாப்பெறந்த ஆளு ஆரு?"

ஆயிஷா, குஞ்ஞுபாத்துமாவைக் கேலி செய்வதுபோல் பதில் சொன்னாள்.

"அது எனக்கெ வாப்பா ... பின்னெ அந்தக் கண்டாங்கிக் காரி, எனக்க உம்மா." சொல்லிவிட்டுக் கேட்டாள்:

"அந்த ஒசரமுள்ள, ஆணாப்பெறந்த ஆளு, *தாத்தாக்கெ வாப்பாயோ?"

"ஓ."

"ராவும் பவலும் சத்தம்போடுத அந்தப் பெண்ணாப் பெறந்தவொ ஆரு?"

"அது எனக்கெ உம்மா."

ஆயிஷா கேட்டாள்:

"அது ஏன் அவங்க அக்கம்பக்கத்துலே யாரையுமே தூங்க விடாம இவ்வளவு சத்தமாகப் பேசிக்கிறாங்க? முஸ்லிம் பெண்கள் இப்படி அடக்கவொடுக்கமில்லாம மற்றவங்களுக்குத் தொந்தரவு கொடுக்கிறது சரிதானா?"

குஞ்ஞுபாத்துமா எதுவுமே சொல்லவில்லை.

ஆயிஷா கேட்டாள்:

"தாத்தாவோட உம்மா ஏன் எங்க எதிர்லே இருக்கிற தண்ணியில்லாத அந்தப் பள்ளத்துலே வந்து வெளிக்கிருக் கிறாங்க?"

"அது, நாங்கொ லாத்திரிணா எங்கயாவது வழியிலெ இருந்துருவோமாக்கும். பகலாயிருந்தா மட்டுந்தான் ..."

---

* அக்கா

“அது சரி. மனுசங்க நடமாடுற வழிப்பாதையிலே கக்கூசுக்குப் போறது நல்ல விஷயம்தான். இந்த ஊருலே எல்லாருமே இப்படி வழிப்பாதையிலேதானா ..?”

குஞ்ஞுபாத்துமா சொன்னாள்:

“ஓ.”

“வீடுகள்லே கக்கூஸ் கட்டினா என்ன?”

குஞ்ஞுபாத்துமா பதில் சொல்லவில்லை.

ஆயிஷா சொன்னாள்:

“அப்புறம், லாத்திரினு சொல்லக் கூடாது. ராத்திரினு சொல்லு.”

“ராத்ரி.”

“அப்படியில்லே, திருத்தமாகச் சொல்லணும். சொல்லு, ராத்திரி.”

“ராத்திரி” என்று சொல்லிவிட்டு குஞ்ஞுபாத்துமா கேட்டாள்:

“ஒங்க ஊடு எங்கெ இருக்குது.?”

“உங்க வீடு எங்கே இருக்கு? – இப்படிக் கேளு.” சரி, இப்படிக் கேட்டதாகவே வெச்சுக்கிறேன். அப்போ, என்ன சொல்றது? உண்மையைச் சொல்லணுமல்ல? எங்களுக்கு சொந்தமாக வீடு கிடையாது. ஆனால், பட்டணத்திலே ஒரு வீடு இருக்கவும் செய்கிறது. அது இப்போது அடமானத்திலிருக்கு. அதிலிருக்கிற மிச்ச இடத்தில் நாங்கள் பல வகையான விவசாயம் செய்து வர்றோம். ஒட்டு மா, ஒட்டுக் கொய்யா, சப்போட்டா, கிழங்கு, சாம்பை, முல்லை, ரோஸ் – மட்டுமல்ல, காய்க்கவும் பூக்கவும் செய்ற பலவகையான மரம், செடிகொடிகள் அதிலிருக்கு.”

பிறகு வீட்டைப் பற்றி வர்ணித்தாள்: “ஓடு போட்ட இரண்டுமாடிக் கட்டடம். அதைச் சுற்றிலும் மஞ்சள் நிறத்தில் மதில் கட்டு. வீட்டின் கதவுக்கு நீல நிறத்தில் பெயிண்ட் அடிக்கப் பட்டிருக்கும். வீட்டில் ஒவ்வொரு அறையிலும் கரண்ட் விளக் குண்டு. அப்புறம் எங்களிடம் ரேடியோவுமிருக்கு.’”

“அப்பிடிண்ணா என்னது?” என்று குஞ்ஞுபாத்துமா கேட்டாள். மற்றவை எல்லாம் அவளுக்குப் புரிந்துவிட்டது. ‘தொட்டா எரியுத’ கரண்ட் விளக்கையும் அவள் பார்த்திருக் கிறாள். ரேடியோ என்றால் என்னவென்று அவளுக்குப் புரிய வில்லை.

ஆயிஷா சொன்னாள்:

"அது, ஒரு பெட்டிபோலிருக்கும். அதிலிருந்து பாட்டு வரும். நிறைய வெளிநாடுகளிலிருந்தெல்லாம் பாட்டுகளும் செய்திகளும் கேட்கலாம்."

"மக்காவுலெ உள்ளதும் கேக்குமாக்கும்?"

ஆயிஷா சொன்னாள்:

"அரேபியா, துருக்கி, இரான், ஆஃப்கானிஸ்தான், ரஷ்யா, ஆப்ரிக்கா, மதராஸ், ஜெர்மனி, அமேரிக்கா, சிங்கப்பூர், டெல்லி, கராச்சி, லாகூர், மைசூர், இங்லாண்ட், கெய்ரோ, ஆஸ்திரேலியா, கல்கத்தா, சிலோன் – மட்டுமல்ல, உலகத்திலுள்ள பெரும் பாலான எல்லா தேசங்களிலிருந்தும் வரும்."

குஞ்ஞுபாத்துமாவுக்கு அதெல்லாம் சரியாக விளங்க வில்லை. எதுவாக இருந்தாலும் சரிதான், பெண்ணுக்குத் தளுக்குக் கொஞ்சம் கூடித்தான் போகிறது. அவள் அட்ட காசமான ஒரு கேள்வி கேட்டாள்:

"ஒங்க ஊட்டுலெ வாளம்புளிய மரம் நிக்கிதா?"

"இல்லை."

அப்புறம் என்ன பேச்சு வேண்டிக்கிடக்கிறது. வாளன் புளியல்லவா முக்கியம். குஞ்ஞுபாத்துமா கேட்டாள்:

"கள்ள புத்தூசே . . . ஒங்களுக்கு ஆனெயிருந்துதா?"

"இல்லை."

குஞ்ஞுபாத்துமா பெருமையாகச் சொன்னாள்:

"எங்க உப்பப்பாக்கொரு ஆனெயிருந்துதாக்கும்! – ஒரு பெரீய கொம்பானெ."

ஆயிஷாவும் பெருமையாகச் சொன்னாள்:

"எங்க உப்பப்பாவிடம் ஒரு காளைவண்டியிருந்தது. அதில் அவர் சாதனங்களெல்லாம் கூலிக்கு ஏற்றிக் கடைகளுக்கும் வீடுகளுக்கும் கொண்டுபோய் கொடுப்பார். அந்த வண்டியை வைத்து எங்க உப்பப்பா எங்க வாப்பாவை எம். ஏ.வரை படிக்க வைத்தார் . . . பிறகு, சொல்லு அக்கா, உங்க அந்தப் பெரிய கொம்பானை இப்போ எங்கே?"

"அது செத்து – இல்லெயில்லே, மரிச்சிப்போச்சுது." அது இஸ்லாமான யானை என்பதால் மரித்துவிட்டது என்றோ மவுத்தாகி விட்டது என்றோதான் சொல்ல வேண்டும். இஸ்லா மானவன் மரிக்கும்போது 'மரிப்பு' என்றும் காஃபிரு மரிக்கும் போது 'சாவு' என்றும்தான் சொல்ல வேண்டும்.

ஆயிஷா கேட்டாள்:

"அது செத்துப்போயிட்டுதா?"

குஞ்ஞுபாத்துமா சொன்னாள்:

"மரிச்சிப்போச்சுது. அது நாலு காஃபிருகளெக் கொன்னு தாக்கும்."

"வெறும் நான்கு பேரை மட்டும்தானா? எத்தனை இஸ்லாமியரைக் கொன்னுது?"

"ஒத்தை ஒரு மனுசனெகூட கொன்னதுக் கெடையாதும். அது நல்ல ஒரு ஆனையாக்கும்."

ஆயிஷா சிரித்தபடியே சொன்னாள்: "அக்கா சொல்றது உண்மையா இருந்தால், சுவர்க்கத்துலே அந்த யானைக்கு கல், கரடு, முத்து, மரகதங்களாலான நான்கு மணி மாளிகைகள் கிடைக்குமே?"

ஏனென்றால், பூவுலகில் புண்ணிய கர்மம் செய்தவர்களுக்குப் பரவுலகில் எல்லா சுகவாச சௌகரியங்களும் கிடைக்கும். ஐதீகத்தின்படி காஃபிர்களைக் காய்ச்சித் தள்ளுவதும் புண்ணிய கர்மங்கள்தான்.

குஞ்ஞுபாத்துமா சொன்னாள்:

"எங்களுக்கு நெறைய சொத்துக்கலெல்லாம் இருந்துதாக்கும்."

"அதெல்லாம் இப்போ எங்கே?"

"போயிட்டுது" என்று சொல்ல மட்டுமே அவளுக்குத் தெரிந்திருந்தது.

ஆயிஷா கேட்டாள்:

"வாப்பாவுக்கு என்ன வேலை?"

"யாவாரம்."

"என்ன வியாபாரம்?"

"அது இது எல்லாம்."

"வாப்பாவோட பெயரென்ன?"

"வட்டனடிமெ."

"உம்மாவோட பெயர்?"

"குஞ்ஞுதாச்சும்மா."

ஆயிஷா சொன்னாள்:

"எங்க வாப்பா, காலேஜ் புரொஃபஸர். பெயர், செய்னுல் ஆப்தீன். உம்மாவோட பெயர், ஹாஜரா பீவி. காக்கா, நிஸார் அகமது, ஒரு கவிஞர். அவருடைய கவிதை எழுத்தெல்லாம் நிலத்தின்மீதுதான். அதெல்லாம், மரங்களாகவும், மலர்களாகவும், காய்கனிகளாகவும் கிழங்குவகைகளாகவும் உருமாறும்."

நிஸார் அகமதைப் பற்றி ஆயிஷாவுக்கு இப்படியாக நிறைய சொல்வதற்கிருந்தது. அவள் பேசிக்கொண்டே போனாள்.

"எங்க காக்கா, பிரபஞ்சங்களையும் அதிலிருக்கிற இந்த பூமியையும் இதிலுள்ளதும் உருவாக இருக்கிறதுமான எல்லா வற்றின்மீதும் அன்பு காட்டுபவர். சுத்தம் பார்ப்பவரும் கட்டுத் திட்டமுமுள்ள ஒரு . . . பொல்லாத ஆள்."

குஞ்ஞுபாத்துமாவுக்கு இதிலொன்றும் பெரிய அளவிலான சுவாரஸ்யம் தோன்றவில்லை. குறிப்பாக அந்தப் பெயர்களின் மீதுதான் ஆச்சரியம். செய்னுல் ஆப்தீன், நிஸார் அகமது . . . இந்த மாதிரியான இஸ்லாமியப் பெயர்களை அவள் கேள்விப் பட்டதே கிடையாது. மக்காரு, அடிமை, அந்து, கொச்சுபரோ, குட்டி, கொச்சுண்ணி, குட்டியாலி, பாவா, குஞ்ஞாலி, பக்கறுக் குஞ்ஞு, மைதீன், அவரான், பரீது, பரீக்குட்டி, பாவாக்கண்ணு, சைதாலி, சேக்குமைது, பீரான், குஞ்ஞிக்கொச்சு, அத்துலு – என்றெல்லாம் அவள் கேள்விப்பட்டிருக்கிறாள். ஆனால், நிஸார் அகமது! . . சிவந்த, துருத்திய இரத்தக் கண்களும் விரித்து முறுக்கிவிடப்பட்ட கொம்பு மீசையும் நெஞ்சு நிறைய கறுத்த ரோமங்களும் பயங்கரமான புஜத் திடமுமுள்ள ஒரு உயரமான மனிதனை அவள் மனதில் கற்பனை செய்துவிட்டுக் கேட்டாள்

"துட்டாப்பிக்கெ காக்கா எப்ப வரும்?"

"நாளையோ மறுநாளோ – எதுவாக இருந்தாலும் தாத்தா வோட உம்மாகிட்டே சொல்லி வை. எங்க மூக்குக்கு நேரா வந்திருந்து வெளிக்குப் போகக்கூடாதுனு. நாறாதா தாத்தா? காக்கா வந்தா பெரிய பிரச்சினையாகிப் போகும் சொல்லிட் டேன்."

குஞ்ஞுபாத்துமா நடுங்கிவிட்டாள். உம்மாவிடம் போய் இதை எப்படிச் சொல்ல முடியும்? சொல்லாமலுமிருக்க முடியாது. அவள் மெதுவாக மனதிற்குள் பிரார்த்தனை செய்தாள்:

'படச்சவனே, துட்டாப்பிக்கெ காக்கா இங்கே வராம இருக்கட்டு. வந்தா சண்டெ வரும்.'

அந்தப் பொல்லாத மனிதன்.

ஆயிஷா கேட்டாள்:

"அக்காவுக்குக் கல்யாணமாயிட்டுதா?"

குஞ்ஞுபாத்துமா சொன்னாள்:

"எனக்குக் கலியாணம் கழியலெ. துட்டாப்பிக்கு கழிஞ் சிட்டதா?"

“கள்ள புத்தூரசே! .. லுட்டாப்பினு சொல்லணும். எனக்கும் கல்யாணமாகலே. பி.ஏ. பாஸான பிறகுதான். அதுவும் எங்க காக்காவுக்குக் கல்யாணம் நடந்த பிறகுதான். அந்தப் பெரிய மனிதனுக்குத் தோதுவான பெண் இன்னும் கிடைக்கலே. நிறைய வரன்களெல்லாம் வருது. நான் சொன்னேனே, ஆள் பெரிய கட்டுத்திட்டங்களெல்லாம் உள்ள ஒரு ஆள். பெண்ணுக்கு மட்டுமல்ல, பெண் வீட்டாருக்கும்கூட அந்தக் குண விசேஷங்கள் இருக்கணுமாம். அவருக்குப் பேசப்பட்ட பி.ஏ. படித்த ஒரு பெண்ணோட வீட்டுக்கு காக்கா ஒரு தடவை போயிருந்தார். அப்போது அவருக்குக் குடிக்கக் கொடுத்த தண்ணீரில் மீன் வாசமிருந்ததாம். அதனாலேயே அந்தத் திருமண யோசனையே நின்றுபோய் விட்டது.”

குஞ்ஞுபாத்துமா கேட்டாள்:

“துட்டாப்பிக்கெ காக்கா மீன் தின்னமாட்டாராக்கும்?”

“அவர் பொதுவாகவே மரக்கறிதான். எப்போதாவது மட்டும் மீனோ மாமிசமோ சாப்பிடுவார். கையை எல்லாம் நன்றாக சோப்புப்போட்டுக் கழுவி விடணும். அந்த வாசமே வீட்டில் வரக்கூடாது என்று உத்தரவுபோட்டிருக்கிறார். சொன்னேனே, ரொம்பவும் சுத்த பத்தம் பார்ப்பவர். முஸ்லிம் என்றால் சுத்தம் என்ற அர்த்தமும் இருப்பதாகச் சொல்லுவார். மட்டுமல்ல, அவர் கல்யாணம் செய்யப்போற பெண்ணுக்கு சில விசேஷ குணங்களிருக்கணுமாம். முடியைக் கத்திரிக்கத் தெரிந்திருக்கணும். நாட்டியம் அறிந்திருக்கணும். துவைப்பது, சங்கீதம், ஓவியம், இலக்கியம், குழந்தைகளைப் பராமரிப்பதுனு எல்லா விஷயங்கள்லேயும் திறமையானவளாக இருக்கணும். அப்புறம் சமையல் செய்யிறது: அதாவது பிரியாணி, ஒறட்டியும் இறைச்சியும், நெய்ச்சோறு, புரோட்டா, சாம்பார், ஓலன், அவியல், மோர்க்குழம்பு, வறுவல், பாயசம்னு *துனியாவிலுள்ள, தின்னவும் குடிக்கவும் செய்யிற எல்லாவிதமான சமையல் வகைகளும் செய்யத் தெரிஞ்சிருக்கணும். போதாக்குறைக்கு, நிலத்தைக் கிளைக்கிறது, வேலிகெட்டுறது, மண்சுமக்குறது, செடிகொடி மரங்களுக்கெல்லாம் தேவையான உரம் தயாரிப் பதுனு எல்லாமே! இப்படிப்பட்ட எல்லாவிதக் குணங்களுமுள்ள அற்புதப் பெண் பிறவியை நீயே கண்டுபிடித்துக் கல்யாணம் செய்துக்கோ என்று உம்மாவும் வாப்பாவும் சொல்லிட்டாங்க.”

இதையும் கேட்டதுடன் நிஸார் அகமதைப் பற்றிய குஞ்ஞு பாத்துமாவின் கற்பனை மேலும் கொடூரமாக மாறியது. அவன் மீது கோபமும் வந்தது. ஆயிஷாவின்மீதும் கோபம் வந்தது.

---

* உலகம்

காக்கா அப்படிச் சொன்னாரு; காக்கா இப்படிச் சொன்னாருணு . . . "ஓ, பெரீய காக்கா!"

ஆயிஷா சொன்னாள்:

"எங்க காக்காவைப்போல ஒரு மனிதனை . . . கேட்கிறியா? ஒருநாள் ராத்திரி, காக்கா சாய்வு நாற்காலியில் கிடந்து எதையோ வாசிச்சிட்டிருந்தார். அவரோட ஒரு கை மேஜை டிராயருக்குள்ளிருந்ததை நான் கவனிக்கல்லே. அதைப் பலமாக மூடினேன். ஏதோ ஒண்ணு தெறிச்சதுபோலிருந்தது. பார்த்ததுமே எனக்கு மயக்கம் வந்தது. காக்காவின் இடது கை சுண்டு விரல் அப்பிடியே சிதைந்துபோயிருந்தது."

திடுக்கிட்ட குஞ்ஞுபாத்துமா அப்படியே வெளிறியும் விட்டாள்.

"பெறவு?"

ஆயிஷா சொன்னாள்:

"காக்கா எந்தப் பதற்றமுமில்லாம, மீசையைக் கத்திரிக்கிற சின்னக் கத்திரியை எடுத்துட்டு வரச் சொன்னார். நான் கொண்டுபோய்க் கொடுத்தேன். சிதைந்த அந்த விரலைக் காக்கா கத்திரியால் துண்டித்து எடுத்துட்டார்."

இதைச் சொல்லி விட்டு ஆயிஷா கிளம்பினாள்.

"நான் போறேன். நீ எங்க வீட்டுக்கு வர்றியா?"

குஞ்ஞுபாத்துமாவின் காதுகளில் அது விழவில்லை. அவள் அப்படியே உறைந்துபோய் நின்றிருந்தாள்.

ஆயிஷா திரும்பவும் கேட்டாள்:

"வர்றியா?"

"எங்கெ?"

"கள்ள புத்தூசே, எங்க வீட்டுக்கு."

"உம்மாட்டெ கேட்டுட்டு வாறேன்."

அவள் உம்மாவிடம் போய்க் கேட்டாள்:

"உம்மா, அங்கெ தங்கியிருக்குதவுங்கெ இஸ்லாமானதுவொதான். நான் அங்கெ போவலாமா?"

"போட்டீ, கிறாத்துலெ பெறந்தவளே!" உம்மா சொன்னாள்: "இஸ்லாமானதுவளா, அதுவொ? காஃபிருவொ."

"இல்லெ உம்மா." குஞ்ஞுபாத்துமா சொன்னாள்: "இஸ்லாமானதுவொதான். வேணும்ணா பாரேன், அங்கெ உள்ள ஆயிஷா நம்மெ புளியமரத்துக்கெ கிட்டெ நிக்கிதா."

உம்மா பார்த்தாள். பார்த்ததுமே உம்மாவுக்குத் தெரிந்து போய்விட்டது. சேலையுடுத்தவள்; காது குத்தாதவள். உம்மா சொன்னாள்:

“முஹியதீனே, பதுரீங்களே, அவொ இஸ்லாமானவளா?”

“உள்ளதுதான் உம்மா, பையப் பேசு. அவுங்க ஊட்டுக்கு நான் போயிட்டு வரட்டா?”

“நீ நம்மெ எடத்தெ விட்டு வெளியெ காலெடுத்து வெச்சீணாக்கெ நீ எனக்கெ மவளே கெடையாது அந்த வழியோட அப்படியே போயிடலாம்.”

குஞ்ஞுபாத்துமா வெளியே போய் ஆயிஷாவிடம் சொன்னாள்:

“நான் நாளைக்கி வாறேன்.”

“இன்னைக்கு என்னா?”

குஞ்ஞுபாத்துமா சொன்னாள்:

“நெறைய ஜோலி கெடக்குதாக்கும். வெள்ளம்கோரி வெக்கணும். நாளெ நான் வரும்பொ பழுத்த வாளம்புளி கொண்டு வாறனே?”

ஆயிஷா போய்விட்டாள்.

அன்றிரவு நீண்ட நேரமாகியும் குஞ்ஞுபாத்துமாவுக்குத் தூக்கம் வரவில்லை. ஆயிஷாவின் காக்காவை வரவிட வேண்டாமென்று முதலில் இறைவனிடம் பிரார்த்தனை செய்திருந்தாள். இப்போது அதை எப்படித் திருப்பிக் கேட்பது?

கடைசியில் அவள் மனம் நோகப் பிரார்த்தனை செய்தாள்:

“என்னெப் படச்சவனே, துட்டாப்பிக்கெ காக்கா . . .”

8

கள்ளச் சாட்சி சொல்ல ஏலாது

பெரிய கொம்பானைக்குச் சொந்தக்காரராக இருந்த ஆனெ மக்காரின் செல்ல மகளாகிய குஞ்ஞுதாச்சுமா திட்டவட்டமாகவே சொல்லி விட்டாள்:

"அதுவொ இஸ்லாமானதுவளே கெடையாதும். ஆனெ மக்காருக்கெ செல்ல மவளான நான் சொல்லுதேன். அதுவொ இஸ்லாமானதுவளே கெடையாதும்."

குஞ்ஞுபாத்துமா வாப்பாவின் முகத்தைப் பார்த்தாள். வாப்பா எதுவும் சொல்லாமலிருந்தார்.

உம்மாவே தொடர்ந்தாள்:

"கியாமத்து நாள் அடுத்திட்டதுக்கான அடையாளங்களெ பாத்தீயளா?"

உலகம் அழியப்போவதற்கான அறிகுறிகள்தான், ஆயிஷாவும் அவளது வாப்பாவும் உம்மாவும்.

"கேட்டீயளா, அந்தப் பெண்ணாப் பெறந்தவொ தலையிலெ பூ வெச்சிருக்கா பாத்துக்கிடுங்கொ – பூவு."

ஆயிஷாவின் உம்மா தலைமுடியில் பூச்சூடியிருந்தாள். இது இஸ்லாத்திற்கு உவப்பான விஷயமா?

"பின்னே, அந்தக் கொமரிக்கெ கோலத்தைப் பாத்தீயள் ணாக்கா, அவொ தலைமுடியெ ரெண்டு வாலாக்கி தோளோடி எடுத்து நெஞ்சுலெ போட்டிருக்கா."

ஆயிஷா அவளது தலைமுடியை வைத்து பல விதமான வித்தைகள் காட்டுவதுண்டு. 'அவொ ஒரு பைத்தியாறி.' ஓடுகிறாள், குதிக்கிறாள், துள்ளுகிறாள், டான்ஸ் ஆடுகிறாள், பாடுகிறாள். ஒருநாள் அல்லிக்குளத் தினருகில் வைத்து அவள், பக்தி ரசம் சொட்டச்

சொட்ட ஒரு பாட்டுப் பாடினாள். குஞ்ஞுபாத்துமா முதலில் நினைத்தது, அவள் படைத்தவனிடம் ஏதாவது வேண்டு கிறாளாக இருக்குமென்று. பிறகு, ஏதாவது *பைத்தாக இருக்குமென்று நினைத்தாள். அல்லது *கெஸ்ஸ¬ பாட்டாக இருக்கும். அது என்னவென்று அவளுக்குப் புரியவில்லை. அவளும் பயபக்தியுடன் இரண்டு கைகளையும் மேலே தூக்கிய படியே நின்றாள். பாட்டு முடிந்ததும் ஆமீன் சொன்னாள். ஆயிஷா சிரிக்கவில்லை. தொண்டையைக் கனைத்துக் காட்டினாள். ஆனால், உண்மையில் அவள் சிரிப்பை அப்படி அடக்கிக்கொள் கிறாள் என்பதைப் பிறகுதான் குஞ்ஞு பாத்துமா புரிந்துகொண் டாள். அவள் கேட்டாள்:

“அப்பொ அது என்னது?”

ஆயிஷா சொன்னாள்:

“எங்கிட்டே கேட்க வேண்டாம். நான் ஏதுமறியாதவ. அந்த மகான் வருவார். அவருட்டேயே கேளு. அவர்தான் இதை எழுதியவர். இது எந்த மொழினு யாருக்குமே தெரியல்லே. எங்க காலேஜ் பெண்கள் சத்தமாகப் பாடியபடியே ஊர்வலம் போவதற்காக அவர் எழுதித் தந்த ஏதோ ஒன்று. நாங்கள் இதை காலேஜ் ஊர்வலத்தில் பாடவும் செய்தோம்.”

“துட்டாப்பி பாடும்பொ நான் ஆமீன் சொல்லிட் டேனாக்கும்.”

“நான் கவனித்தேன்.”

“அப்பிடிச் சொன்னதுனாலெ எதாவது பாவம் கெடைக்குமோ?”

“கள்ள புத்தூசே, நல்லதைத் தவிர வேறு எதுவுமே வராது.”

“அப்பிடிணாக்கா ஒருக்காக் கூட பாடு. நல்ல ராகமுண்டு.”

“சரி, அப்படினா பயபக்தியோட உட்காந்திருக்கணும். மனசுலே உள்ள எல்லா சிந்தனைகளையும் விலக்கிடு. மனம் சுத்தமாக இருக்கணும். அப்படியே கவனமாகக் கேட்டுட்டிருக் கணும். கொடியெல்லாம் பிடித்து கல்லூரி மாணவிங்க, அதாவது நாங்க ஒரு பெரிய ஊர்வலத்தில் கம்பீரமாகப் பாடிட்டே போவதா கற்பனை செய்துகொள்.”

“செரி. செய்தாச்சிது.”

---

* வழிபாட்டுப்பாடல்

* வழிபாட்டு முறையிலான புனைவுப்பாடல்

“கேளு.” ஆயிஷா பாடினாள்:

ஹோ . . . ஹோ . . . ஹோ . . .
குத்தினி ஹாலிட்ட லித்தாப்போ
ஸஞ்சினி பாலிக்க லுட்டாப்பி
ஹாலித்த மாணிக்க லிஞ்சல்லோ
ஸங்கர பாஹ்ன தூலீபீ
ஹாஞ்சினி ஹீலத்த ஹாத்தாலோ
ஃபானத்த லாக்கிடி ஜிம்பாலோ
ஹா . . . ஹா . . . ஹா . . .
ஹோ . . . ஹோ . . . ஹோ . . .

சொல்லிவிட்டு ஆயிஷா தொடர்ந்தாள்:

“இதிலே எல்லாமே சரியாகத்தானிருக்குங்குறதுலே எனக்கும் நம்பிக்கையில்லை. சில வார்த்தைகள் விடுபட்டும் போயிருக்கலாம். அப்படி ஏதாவது ஆகியிருந்தால் அந்தக் கவிஞர் நம்மளை அடிப்பாரு.”

குஞ்ஞுபாத்துமா கேட்டாள்:

“இது துட்டாப்பிக்கெ காக்காவுக்கு எப்பிடி தெரியும்?”

“எப்படித் தெரியும்ணா? அது சரி, அவர் வந்ததும் முதல் வேலையாக என்னைத்தான் கூப்பிடுவாரு: ‘லுட்டாப்பி, இங்கே வா, இந்தக் கோட்டுக்குள் வந்து நில்லு’ என்பார். நான் போய் நிற்பேன். காக்கா சொல்லுவார்: ‘பாடு.’ நான் மாட்டேனு சொன்னா என்னைப் பொடிப்பொடியா அறுத்து இரண்டாயிரம் துண்டுகளாக்கி கிளிகளுக்குப் போட்டுருவார். பிறகு அந்தக் கிளிகளையெல்லாம் சுட்டுக் கொல்லுவார். பிறகு எல்லாத்தையும் வறுவல் போட்டுத் தின்பார்.”

“அறுத்தெல்லாம் சாப்பிட மாட்டாரா?”

பிஸ்மி சொல்லி அறுத்து *ஹலாலாக அல்லவா சாப்பிட வேண்டும்?

ஆயிஷா சொன்னாள்:

“என்னைப்போலுள்ள ஒரு நல்ல பெண்ணைப்போய் கொல்லுற விஷயத்தைப் பத்தி நான் பேசிட்டிருக்குறேன்,

* அனுமதி

புத்தூரசே. முஸஹ்பு திருடுறவன் ஒளு செய்திருக்க வேண்டாமானு கேட்கிறியா ?”

வேதக் கிரந்தமாகிய குர்ஆனைத் திருடுகிறவன் உடலைச் சுத்தம் செய்திருக்க வேண்டுமென்று வலியுறுத்திக் கேட்க முடியாதல்லவா? இப்படியாக ஆயிஷா பல விஷயங்களைச் சொல்வாள். அவ்வப்போது சில பத்திரிகைகளைக் கொண்டு வந்து பயமுறுத்துகிற தகவல்களை குஞ்ஞுபாத்துமாவுக்குப் படித்துக்காட்டுவாள். அந்தப் பத்திரிகையில் அவள் சொல்கிற

பயங்கரம் இருக்கிறதென்பதைக் குஞ்ஞுபாத்துமாவால் நம்பவும் நம்ப முடியாமலும் . . . அப்படியே நிற்பாள். அந்த இடத்தைச் சுட்டிக் காண்பித்துத் திரும்பவும் ஒரு தடவை வாசிக்கச் சொல்வாள். குஞ்ஞுபாத்துமாவுக்கு ஆச்சரியமாக இருந்தது. அவள் அதைச் சொல்லவும் செய்தாள். அப்படியான ஒரு சந்தர்ப்பத்தில் ஆயிஷா கேட்டாள்:

“தாத்தாவை ஏன் எழுத்தோ வாசிப்போ படிக்கவைக்கலே? நிறைய சொத்தெல்லாம் இருக்கத்தானே செய்தது?”

சரிதான். ஏராளமான சொத்துக்கள் இருந்தன. முஸ்லிம்கள் எழுத்து வாசனையெல்லாம் படித்திருக்கவும் வேண்டும். எதிலுமே பிரச்சினை இருக்கவுமில்லை.

அன்று எழுதவும் வாசிக்கவும் படித்திருந்தால் இன்று ஆயிஷாவை விடவும் அறிவுள்ளவளாக இருந்திருக்க முடியும் . . . எல்லா விஷயங்களிலுமே நல்ல மாற்றம் வந்திருக்கும். வாப்பாவும் உம்மாவும் ஏன் அதைச் செய்யவில்லை? அவர்கள் ஏன் எழுதவும் படிக்கவும் கற்றுக்கொள்ளவில்லை? கொம்பானை வைத்திருந்த ஆனெ மக்கார் எழுதவும் வாசிக்கவும் படித்திருந் தாரா? அறியாமையில் மூழ்கிய தலைமுறைகள்.

அன்றிரவு அவள் நினைத்துப்பார்த்தாள். ஏன் அவளைப் படிக்க வைக்கவில்லை? பாயில் படுத்திருந்தபடியே அவள் அதை வாப்பாவிடம் கேட்கவும் செய்தாள்:

“என்னத்துக்கு வாப்பா என்னெ . . . எழுத்துப் படிக்க வெக்கலெ?”

வாப்பா நீண்ட பெருமூச்சை மட்டும் உதிர்த்தார். உம்மா சொன்னாள்:

“எழுத்துப் படிக்க வெச்சி என்னெ என்னத்துக்குக் காஃபிராக்காம இருந்தியோணா பெண்ணே கேக்குதா?”

எழுதவும் வாசிக்கவும் தெரிந்தால் . . . அறிவு வந்தால் . . . இஸ்லாமாக வாழ முடியாதா? இது சரிதானா? வாசிப்பீராக! இதுவல்லவா குர்ஆனின் முதல் வார்த்தை?

சிந்தித்துவிடக்கூடாதல்லவா? மறுநாள், குஞ்ஞுபாத்துமா ஆயிஷாவிடம் இதைப் பற்றிக் கேட்டபோது ஆயிஷா சிரித்தாள். அறிவின்மையின் வெளிப்பாடு . . . விஞ்ஞானம் வளர்ந்துகொண் டிருப்பதற்கேற்ப இந்தப் போக்கும் மென்மேலும் அதிகரித்துக் கொண்டுதானிருக்கிறது. ஒன்றை வளர்த்தும்போது தேவை யானதும் தேவையற்றதும் சேர்ந்தேதான் வளரும். ஆயிஷா சொன்னாள்:

“இங்கே பாரு அக்கா, முஸ்லிம்கள்னு சொன்னால் அறிவுள்ளவர்களாக இருக்கணும். அறிவில்லாதவர்களைத்தான் ஹமுக்குகள்னு சொல்றோம். இஸ்லாமானவர்கள் ஹமுக்குகளாக இருக்கலாமா?”

இஸ்லாமானவர்கள் மடக்கழுதைகளா? இல்லையென்று குஞ்ஞுபாத்துமாவுக்கு நன்றாகத் தெரியும். இருந்தாலும் . . . அவள் கேட்டாள்.

“காஃபிருகளுட்டெ நாமெ எதிரு காட்டாண்டாமா?”

காஃபிர்களுக்கு மாறாகவே நாம் நடந்துகொள்ள வேண்டும்.

“உண்மைதான். காஃபிர்கள் காலால் நடந்தால் இஸ்லா மானவன் தலையால் நடக்க வேண்டும். காஃபிர் குளிக்கவும்

பல் விளக்கவுமெல்லாம் செய்வதால் இஸ்லாமானவன் குளிக்கக் கூடாது; பல் விளக்கக் கூடாது. காஃபிர் வாயால் சாப்பிட்டால் இஸ்லாமானவன் . . .”

“சும்மா இரு, துட்டாப்பி.” குஞ்ஞுபாத்துமா வருத்தத்துடன் சொன்னாள்:

“என்னெ என்னத்துக்கு பரியாசம் செய்யுதே?”

“புத்தூசே, கள்ள புத்தூசே, அல்லாஹுவும் முகம்மது நபியும் நமக்குச் சொல்லித் தந்திருக்குறதுலே இப்படி மாறாக நடந்துகொள்றதற்கான எதுவுமே கிடையாது.”

குஞ்ஞுபாத்துமா கேட்டாள்:

“ஆதி முன்னமெ அல்லாஹு படெச்சது ஆரையாக்கும்?”

“தெரியாது.” ஆயிஷா சொன்னாள்: “மனிதர்களை யென்றால் ஆதம் நபியையும் ஹவ்வா பீவியையும்.”

“மொதல்லெ படெச்சது முகம்மது நபியெ கெடையாதுமா?”

“இப்படி யாரு சொன்னா? குர்ஆனில் சொல்லப் பட்டிருப்பது, ஆதம் நபியைத்தான். இப்படித்தான் நாம நம்பவும் செய்யணும். யாராவது சொல்றதையும் கட்டுக்கதை களையுமெல்லாம் நம்பக்கூடாது. நாம முஸ்லிம்களாக வாழணும். நல்ல மனிதர்களாக இருக்கணும் சுத்தமானவர்களாக இருக்கணும். ஆரோக்கியமுடையவர்களாக இருக்கணும். அழகைப் பேணுபவர்களாகவுமிருக்கணும். மற்றவர்களோட மனசைப் புண்படுத்துபவர்களாக இருக்கக் கூடாது. பகை, குரூரம் போன்றதையெல்லாம் தவிர்க்கணும். உண்மையானவர் களாகவும். உலகையெல்லாம் படைத்துக் காக்கும் அல்லாஹுவின்மீது நம்பிக்கைக்கொண்டவர்களாகவும் இருக்கணும். அவனுடைய திருத்தூதரான முகம்மது நபியின்மீது நம்பிக்கை வைக்கணும். மனிதர்களுக்கு ஆத்மா உண்டு; மரணத்திற்குப் பிந்தைய ஒரு வாழ்க்கை இருக்கிறது; இறைத்தூதர்கள் இருக் கிறாங்க . . . இப்படியான சில விஷயங்களும் இருக்கின்றன. தீமையான விஷயங்களுக்கு தான் நாம் எதிரானவர்களாக இருக்கணும். இதையெல்லாம் கடைப்பிடிப்பவங்கதான் முஸ்லிம்கள். கருணையின் மதம்தான் இஸ்லாம். கள்ள புத்தூசுக்கு இன்னும் ஏதாவது சந்தேகங்கள் இருக்கின்றனவா?”

“இஸ்லாமனதுவளுக்கு பூ கூடுமா துட்டாப்பி?’”

“தொட்டுடப்புடாது. எரிஞ்சு போயிடுவோம். கள்ள புத்தூசே, கேளு. கண்ணும் மூக்குமுள்ளவர்களுக்குத்தான் மலர்கள்.

முஸ்லிம்களும் வாசனையை நுகரலாம். தலையில் சூடிக் கொள்ளலாம். மிச்சமுள்ளதை காக்கா வந்தா சொல்லித் தருவார்.”

ஆனால் நிஸார் அகமது வந்த பிறகு வாப்பா அவனது கழுத்தை வெட்டுவதற்காக ஒரு பெரிய வெட்டுக் கத்தியை எடுத்துக்கொண்டு வந்தார். இதற்கான காரணமும், உம்மாதான்.

நிஸார் அகமது வரும்போதே ஒரு காட்டையே தூக்கிக் கொண்டு வந்தான். எங்கே இருந்து அதை எப்படிக் கொண்டு வந்தான் என்று குஞ்ஞுபாத்துமாவுக்குத் தெரியவில்லை. அதில் அதிகமும் பழச் செடிகளாகவே இருந்தன. கூடவே நிறைய தென்னங்கன்றுகள். காலியாகக் கிடந்த அந்த இடம் முழுவதும் ஒரே நாளில் காடுபோலாகிவிட்டது. மரங்களையெல்லாம் வரிசைக்கிரமமாக ஒரே இடைவெளியில் நட்டுவைத்தான்.

அன்று அந்தத் தோட்டத்தில் ஒரே ஆர்ப்பாட்டமாக இருந்தது. நிஸார் அகமது, அவனது வாப்பா, ஆயிஷா அனை வரும் சேர்ந்து வெயிலில் நின்று வேலை செய்துகொண்டிருப் பதைக் கண்டபோது குஞ்ஞுபாத்துமாவுக்கு ஆச்சரியமாக இருந்தது.

“அங்கெ வந்து பாரு உம்மா.” குஞ்ஞுபாத்துமா உம்மாவை அழைத்தாள். உம்மா மிதியடியின்மீது ஏறி க்டோ, ப்டோ வென்று நடந்து வாசலுக்கு வந்து பார்த்துவிட்டு, “அதுவளுக்குப் பைத்தியம்” என்று மட்டும் சொல்லிவிட்டு உள்ளே போனாள். குஞ்ஞுபாத்துமாவுக்கு அப்படித் தோன்றவில்லை. ஆச்சரிய மாக மட்டுமே இருந்தது. பூமியிலிறங்கி வேலை செய்யும் முஸ்லிம்களை அவள் கண்டதே கிடையாது. இஸ்லாமான வனுக்குச் சொல்லப்பட்டிருப்பது வியாபாரம்தான் என்பது அவளது நம்பிக்கை. அப்புறம் தேவைக்கு மட்டும் கொத்தவோ கிளறவோ செய்யலாம். வேறு வேலைகளைக் கூலிக்காரர்கள் செய்வார்கள். இதைத் தவிர முஸ்லிமே சொந்தமாகச் செய்வது . . . அதைக் குஞ்ஞுபாத்துமா இப்போதுதான் முதன்முதலாகப் பார்க்கிறாள்.

அவளது மனதினுள் வருத்தம் தோன்றியது. அவர்களுடைய தோட்டம் வெறுமனே கிடக்கிறது. ஏராளமாக மரங்களை நட்டு வளர்த்துவதற்கான இடமிருக்கிறது. அவளுக்கும் ஒரு சகோதரன் இருந்திருந்தால்? அவளால் எதையுமே செய்ய முடியாது. நிஸார் அகமதின் வருகையையொட்டி குஞ்ஞு பாத்துமா சில வேலைகளைச் செய்திருந்தாள். தோட்டத்தில் கிடந்த குப்பைகளையெல்லாம் கூட்டிப்பெருக்கித் தீ வைத் தாள். சமையலறையின் வாசலில் கிடந்த மீன் செதில்களை

யெல்லாம் அகற்றினாள். வீட்டினுள்ளும் கூட்டிச் சுத்தம் செய்தாள். வீட்டின் முன்புறத்தில் தொங்கிக் கிடந்த கிழிந்த பழந் துணிகளையெல்லாம் எடுத்துத் தீ வைத்தாள். எல்லாவற்றிற்கும் மேலாக அவள் தன்னைத்தானே அழகுபடுத்தவும்செய்தாள். இந்தக் கோலாகலங்களைக் கண்டதும் உம்மா கேட்டாள்:

"ஒனக்கு என்னாச்சிது பெண்ணே?"

"கையிலிருந்த காயம் குணமாயிட்டுதா?" குஞ்ஞுபாத்துமாவைக் கண்டதும் நிஸார் அகமது முதலில் கேட்ட கேள்வி.

"கொணமாயிட்டது." குஞ்ஞுபாத்துமா சொன்னாள். இருந்தாலும் இதை இவ்வளவு நாட்களும் ஞாபகத்தில் வைத்திருக்கிறானே? ஆச்சரியம் என்றுதான் சொல்ல வேண்டும். குஞ்ஞு பாத்துமாவுக்குப் பதற்றமாகவும் பிரமிப்பாகவுமிருந்தது. இது, நிஸார் அகமது இரண்டாவது தடவை வந்த பிறகா அல்லது அதற்கும் முன்பா என்பது அவளுக்கு ஞாபகமில்லை. ஆகவே, நிஸார் அகமது இதை எப்போது கேட்டான் என்பதை அவளால் நினைவுக்குக் கொண்டுவர இயலவில்லை. என்ன சொன்னான் என்பதை மட்டும் தெளிவாக நினைவுபடுத்திக்கொள்ள முடிந்தது. என்ன செய்தான் என்பதையும்.

நிஸார் அகமது குஞ்ஞுபாத்துமாவின் வீட்டில் பன்னிரெண்டடி நீளத்திலும் நான்கடி அகலத்திலும் அரை ஆள் ஆழத்திலும் ஒரு பள்ளம் தோண்டி தனியாளாகவே நின்று ஒரு கக்கூஸ் கட்டினான். என்ன ஒத்தாசை செய்வது என்பது தெரியாமல்தான் வாப்பா பேசாமலேயே நின்றிருந்தார். வேலை, வீட்டிலிருந்து தொலைவில், தோட்டத்தின் மூலையில் நடந்து கொண்டிருந்ததால் அவர்கள் என்ன பேசிக்கொண்டிருந்தார்கள் என்பதைக் குஞ்ஞுபாத்துமாவால் தெரிந்துகொள்ள முடியவில்லை. நிஸார் அகமது, வெயிலில் நின்று வேர்க்க விறுவிறுக்க வேலை செய்துகொண்டிருந்தான். அப்போது வாப்பா வந்து சொன்னார்:

"மவளே, கொஞ்சம் வெள்ளம் எடுத்துட்டு வா, அவனுக்குக் குடிக்க."

குஞ்ஞுபாத்துமா உள்ளே போனாள். ஒரு துண்டுசோப்பால் இரண்டு பாத்திரங்களையும் கழுவினாள். பிறகு அதை முகர்ந்துப் பார்த்தாள். ஏதாவது வீச்சமடிக்கிறதா? இல்லை. அவள் கொண்டுவந்த தண்ணீரை வாப்பா வாங்கிக் கொண்டுபோய்க் கொடுத்தார். தண்ணீரைக் குடிப்பதற்கு முன் பாத்திரத்தை வாப்பாவுக்குத் தெரியாமல் வாசம் பிடித்துப் பார்த்த

பிறகுதான் நிஸார் அகமது குடித்தான். அவன் அப்படித்தான் செய்தான் என்பதைக் குஞ்ஞுபாத்துமாவால் மகிழ்ச்சியுடனும் உறுதியாகவும் சொல்ல முடியும்.

கக்கூஸ் கட்டுகிற வேலை பூர்த்தியான பிறகு குஞ்ஞு பாத்துமா போய்ப் பார்த்தாள். சிறு வேலியினுள் தோண்டப் பட்ட ஒரு பள்ளம். அதன்மீது இரண்டு தடுப்புகள். மண்ணெல்லாம் ஒருபுறமாகக் குவித்துப் போடப்பட்டிருந்தது. அதில் ஒரு சிரட்டையுமிருந்தது. “வெளிக்கிருந்த பிறகு சிரட்டையாலே மண்ணைப் போட்டு மூடிடணும்.” ஆயிஷா சொன்னாள்: “ரொம்ப நாட்களுக்குப் பிறகு இந்தப் பள்ளம் நிரம்பிடும். அப்போ வேறொரு பள்ளம் புதிதாத் தோண்டணும்.”

“இது நமக்குத் தோணவே இல்லியே?” வாப்பா சொன்னார்: “தெரிஞ்சிருந்தா ஒவ்வொரு ஊட்டுலேயும் இப்பிடி ஒரு குழியைத் தோண்டி நாத்தமில்லாமெ வழி நடக்கலாமா இருந்துது.”

இந்தச் சம்பவம் நடந்த பிறகு வாப்பாவுக்கு நிஸார் அகமதை மிகவும் பிடித்துப் போனது. கூடவே சந்தேகங்களும் அதிகரித்தன. பல நூறு கேள்விகள் உருவாயின. கியாமத்து நாள் பக்கத்தில் நெருங்கி வந்துகொண்டிருக்கிறதா? மனிதர்கள் இவ்வளவு அகங்காரம் பிடித்தவர்களாகவும் துஷ்டர்களாகவும் மாறுவதற்கான காரணம் என்ன?

நிஸார் அகமது சொன்னான்:

“எனக்குத் தெரியாது. பிறந்தவர்களெல்லாம் ஒருநாள் இறந்துபோவார்களென்பது நமக்கெல்லாம் தெரியும். நீங்களும் மரித்துப்போவீர்கள்; எல்லோருமே மரித்துவிடுவோம். எல்லா உயிரினங்களும் மரணத்தின் சுவையை அறிந்துதான் தீர வேண்டும் என்பதாகத்தான் குர்ஆனில் சொல்லப்பட்டிருக்கு. அதுபோல இந்த உலகமும் ஒரு நாள் அழிந்துபோகும். அதனால் என்ன? அழியும்போது அழியட்டும். அதுவரையிலும் மகிழ்ச்சி யாக வாழணும். மனிதர்களெல்லாம் அறிவின்மையால்தான் அகங்காரிகளாகவும் துஷ்டர்களாகவும் மாறிடுறாங்க. பொறாமை யும் பகையுணர்வுமெல்லாம் எல்லோரிடம் இருப்பதில்லை தானே? நல்வழிப்படுத்தவும் யாராவது தேவைப்படுறாங்க. அப்புறம் மற்றவர்கள் சரியில்லையென்ற எண்ணத்தை விட்டுட்டு நாம சரியானவங்களாக மாற முயற்சி செய்யணும்.”

வாப்பாவுக்கு அப்போது வேறொரு சந்தேகம்:

“வெஷப் பாம்பெ நல்லதாக்க முடியுமா?”

“அப்படீன்னா?”

“அவ்வளவுக்கு வெஷமுள்ள மனுசம்மார் இருக்கு தானுவொ. நரி, புலி, கொரங்கு – இதுபோலுள்ள சுபாவமுள்ள வனுவளையும் நான் பாத்துருக்கேன்.”

“அதையெல்லாம் மனிதர்கள் வசப்படுத்துகிறார்களே?”

“இருந்தாலும் . . .?”

சரிதானே? அவர்கள் இருவரும் எதுவும் பேசாமல் அப்படியே அமர்ந்து யோசித்தார்கள்.

ஒருதடவை உம்மா கேட்டாள்:

“அயமதே, அந்தக் காட்டையெல்லாம் என்னத்துக்கு வளத்துதே?”

குஞ்ஞுபாத்துமா, கதவின் பின்னால் மறைந்து நின்றபடி மனதிற்குள் சொல்லிக்கொண்டாள்: ‘அயமதில்லெ, நிஸார் அகமது.’

நிஸார் அகமது சொன்னான்:

“அதெல்லாம் காடு கிடையாது. இரண்டு மூன்று வருடங் களுக்குள்ளே உங்களுக்கு நல்ல மாம்பழம், கொய்யா, அன்னாசிப் பழம், சப்போட்டா, மரச்சீனியெல்லாம் கிடைக்கும்.''

உம்மா கேட்டாள்:

“அயமதுக்கெ உம்மா இங்கெ இதுவரைக்கும் யாம் வரல்லெ?”

ஆயிஷா சொன்னாள்:

“உம்மாவுக்குப் பயம், அன்னைக்கு நடந்த சண்டைக்குப் பிறகு.”

அதை நினைத்து அனைவரும் சிரித்தார்கள்.

அது, நிஸார் அகமது வந்த மறுநாளோ என்னமோ நடந்த விஷயம். அவன் வந்ததை அறிந்தபோது குஞ்ஞுபாத்து மாவுக்குப் பயமாகவும் மகிழ்ச்சியாகவுமிருந்தது. ஏற்கனவே இருந்து வந்த வயிற்றில் ஏற்பட்ட வலி அதிகமாகவும் செய்தது. மட்டுமல்ல, சாப்பாட்டில் சுவை குன்றியிருந்தது. சோர்வாகவும் . . . பதற்றமுமிருந்தது. அப்போதுதான் அதுவும் நடந்தது.

நிஸார் அகமதுவும் ஆயிஷாவும் தோட்டத்திற்குத் தண்ணீர் பாய்ச்சிக்கொண்டிருந்தார்கள்.

அதையெல்லாம் பார்த்தபடி, ஆனால் பார்க்காததுபோல் முற்றத்தில் புல் பறிக்கும் பாவனையுடன் குஞ்ஞுபாத்துமா

உட்கார்ந்திருந்தாள். அப்போது மணி என்ன என்பதெல்லாம் அவளுக்குத் தெரியாது. சூரியன் புளியமரத்தின் உச்சியில் வந்து நின்றிருந்தான். வழக்கம்போல் உம்மா வெளிக்கிருந்து விட்டு அந்தச் சிறு பள்ளத்திலிருந்து மேலே வந்தாள்.

அப்போது நிஸார் அகமது கூப்பிட்டான்:

"ஹோவ், கொஞ்சம் நில்லுங்க."

உம்மா கோபத்துடன் திரும்பிப் பார்த்துவிட்டு நின்றாள்.

நிஸார் அகமது போய் விஷயத்தைச் சொன்னான். தங்களின் மூக்கின் எதிரில் வந்து வெளிக்கிருப்பது சரியல்ல. நாறுமல்லவா?

உம்மா கேட்டாள்:

"நீ ஆருட்டெ பேசுதேணு ஒனக்கு அறியலாமா?"

குஞ்ஞுபாத்துமா கூப்பிட்டாள்:

"உம்மா இஞ்செ வந்துருங்கோ."

"பேசுனா நீ எங்களை என்ன செய்திடுவியாம்?"

நிஸார் அகமது சிரித்தான்.

உம்மாவுக்கு ஆத்திரம் வந்தது.

"பெண்ணாப் பெறந்ததுவளெ நீ வெரட்டப் பாக்குதியா?"

வாப்பா வந்ததும் உம்மா சொன்னாள்:

"உடப்புடாது, முஹியதீனே, உடவே புடாது."

"என்னணு சொல்லு,"

"ஒத்தியிருந்து பாத்தான். நான் அந்தக் குண்டுலெ வெளிக்கிருக்கும்போ ஒத்தியிருந்து பாத்தான். முஹியதீனே, உடவே புடாது."

"பாத்தது ஆரு?" வாப்பாவின் கண்கள் சிவந்தன.

உம்மா சொன்னாள்:

"அமன்தான்."

"எமன்டா அமன்?" வாப்பா வெட்டுக் கத்தியுடன் முற்றத்திலிறங்கினார். "அவனுக்கெ தலையெ நான் எடுப்பேன். எமண்டா, அமன்?"

"அந்தப் பக்கம் புதுசா வந்து தாமசிக்குதானே அந்தச் சொங்கன்" என்று உம்மா சொல்லி முடிப்பதற்குள் 'அஸ்ஸலாமு

அலைக்கும்' என்று ஸலாம் சொல்லியபடியே நிஸார் அகமது முற்றத்தில் வந்து நின்றான்.

வாப்பா அவனது கிராப் முடியையும் வலது புறமாகக் கட்டப்பட்ட வேட்டியையும் பார்த்தார். இருந்தாலும் பெருங் கோபத்துடனாவது திருப்பி ஸலாம் சொன்னார்:

"வ அலைக்கும் வஸ்ஸலாம்."

நிஸார் அகமது சொன்னான்:

"நாங்க, உங்க பக்கத்துத் வீட்டில புதிதா குடி வந்திருக் கிறவுங்க, வாப்பாவும் உம்மாவும் ஒரு சகோதரியும் நானும்."

"நீங்க முஸ்லிமீங்களா?"

"ஆமா."

"என்ன முஸ்லிமோ?"

"மதம் சம்பந்தமாக நாம் பேசவேண்டியதைப் பிறகு பேசுவோம். நாங்க என்ன முஸ்லிமாக இருந்தாலும் சரி. ஹிந்துக்கள்னு வேணும்னாலும் வெச்சிக்கலாம். அல்லது கிறிஸ்த வர்கள்னும் வெச்சிக்கலாம். எதுவாக இருந்தாலும் எங்க, மூக்குக்குப் பக்கத்தில் வந்திருந்து ..?"

"வந்திருந்துட்டாக்க, நீ ஒத்தியிருந்து பாப்பியாக்கும்?"

"வாப்பா," குஞ்ஞுபாத்துமா உள்ளேயிருந்து வாப்பாவைக் கூப்பிட்டாள்: "வாப்பா."

"என்னெ மவளே?"

"உம்மா சொன்னது ..." என்றவள் சொல்லி முடிப்பதற்குள் உம்மா அவளது வாயைப் பொத்தினாள். "கிறாத்துலெ பெறந்தவளே, நீ எனக்கெ மானத்தெ வாங்கிராதெ. நான் ஒனக்கெ உம்மாயாக்கும். ஆனெ மக்காருக்கெ பொன்னு மவ."

குஞ்ஞுபாத்துமா கையைக் குதறி விடுவித்தாள்.

"உம்மா சொல்லூது பொய்யாக்கும்." அவள் சத்தமாகச் சொன்னாள்.

"கிறாத்துலெ பெறந்ததே, முஹியதீனே இவளெயா நான் பெத்தேன்?"

"என்னெ மவளே," வாப்பா உள்ளே வந்தார்.

"எனக்குக் கள்ளச் சாட்சி சொல்ல ஏலாது," குஞ்ஞுபாத்துமா சொன்னாள்:

“உம்மா பொய் சொல்லுது.”

“குஞ்ஞாத்துமா,” உம்மா சொன்னாள்: “ஒனக்கெ உப்பப் பாக்கொரு ஆனெ இருந்துது; பெரீய ஒரு கொம்பானெ.”

“இருந்தாலுமே என்னாலெ கள்ள சாட்சி சொல்ல ஏலாது.”

“என்னெ விசியம் மவளே?” வாப்பா கேட்டார்.

குஞ்ஞுபாத்துமா சொன்னாள்:

“உம்மா கள்ளஞ் சொல்லுதாங்கோ. அங்கே தோட்டத்துலெ நிண்ணு கொஞ்சம் நில்லுங்கோணு சொல்லி விளிச்சாங்கோ. விளிச்சி, எங்க மூக்குக்குக்கிட்டெ வந்து வெளிக்கிருக்கூது சரியாணு கேட்டாங்கோ. உம்மா ஒடனெ ஆவேசம் வந்துட்டுது. இவ்வளவும்தான் நடந்துது.”

உம்மா சொன்னாள்:

“எனக்கு ஆருமே கெடெயாது.”

“பெண்ணே, குஞ்ஞாச்சும்மா. ஒன்னெ நான் கண்டந் துண்டமா வெட்டியே போடுவேன்.”

“இன்னா என்னெக் கொல்லுங்கொ. இன்னா கழுத்தெ அறுங்கொ. முஹியதீனே, கழுத்தெ அறுங்கொ. பதுரீங்களே கழுத்தெ அறுங்கொ. எனக்கு ஆருமே கெடையாதும்.”

உம்மா அழுதபடியே கீழே உட்கார்ந்தாள். வாப்பா வெளியே இறங்கிப்போய் நிஸார் அகமதுவிடம் பரிவாகக் கேட்டார்:

“நாங்களெல்லாம் பாவப்பட்டதுவொ. வேறெ வழியில்லெ, என்ன செய்ய முடியும்?”

நிஸார் அகமது சொன்னான்:

“நாங்களும் பாவங்கதான். எங்களுக்குனு சொந்தமாக இடமில்லை. பட்டணத்தில் நாங்கள் தங்கியிருந்ததுகூட வாடகை வீடுதான். இப்போதான் நாங்கள் இந்த இடத்தை வாங்கி யிருக்கோம். எனக்கு விவசாயத்தில்தான் நாட்டம் அதிகம்.”

வாப்பா சொன்னார்:

“நாங்கொ தங்கியிருக்குத இந்த வீடும் வீட்டடியும் எங்களுக்கு சொந்தமானதுதான். ஆனாலுமே எங்களுக்கு ஒரு வழியும் தெரியல்லெ. பாரேன், இந்தத் தோட்டத்துக்கு ஏதாவது வேலியோ மறைப்போ இருக்கயா செய்யுது? இந்த ஊருலெ உள்ள அதிக மான மனுசம்மாரும் இருட்டுனெ பெறவுதான் கக்கூசுக்குப் போறது. அப்பிடி, போறதுணு சொல்லும்பொ, நம்மொ ஒரு அளவுக்கெல்லாம் நல்ல நெலைமெயிலெ ஜீவிச்சவங்கொ.

நம்மளக் கண்டா எழும்பி நிக்கித ஆளுகளுகூட இப்பொ எழும்புது கெடையாதும். இதுவளுக்கெ எடையிலெ நம்ம கெட்டுனவளும் புள்ளெயும் நடெ வழியிலெ வெளிக்கிருக்கூது சரிதானா யோசிச்சிப்பாருங்கோ.”

நிஸார் அகமது சொன்னான்:

“நடைவழியும்கூட மனிதர்களோட கழிப்பிடம் கிடையாது. அது, நடமாடுறதுக்கான பாதை மட்டும்தான். அதை அசிங்கப் படுத்தவோ நாறடிக்கவோ கூடாது.”

“பிறகு? நம்மப்போலுள்ள மனுசம்மாரு என்னதான் செய்ய?”

“ஒவ்வொரு வீடுகளிலேயும் கக்கூஸ் கட்டணும். பெரிய அளவிலே இதுக்குப் பணமெல்லாம் செலவாகாது. ஒரு ஐந்தெட்டு கீற்று ஓலையும் ஒரு ஐந்தாறு கம்பும் கொஞ்சம் கயிறும்தான் தேவைப்படும். ஒரு மண் வெட்டியோ பாரைக் கோலோ வெச்சு ஒரு மணிநேர வேலைதான். பிறகு ஒரு வருஷத்துக்குத் தொந்தரவிருக்காது. ஆட்கள் ஏன்தான் இதைச் செய்யாமலிருக்கிறாங்களோ தெரியலே. பெரிய நகரங் களிலாவது இடம் பத்தாக்குறைணு சொல்லிடலாம். இங்கே அந்தப் பிரச்சினையும் இல்லியே? அழகான கிராமம்; நல்ல சுத்தமான தெளிந்த தண்ணீர் ஓடுற பரந்து விரிந்த ஆறு. இங்கே முஸ்லிம் களும் கிறிஸ்துவர்களும் ஹிந்துக்களுமான பெரும்பாலான மக்கள் எல்லாருமே கக்கூசுக்கு ஆற்றங்கரைக்குதான் போறாங்க. குடிக்கவும் குளிக்கவும் உபயோகப்படுற ஆற்றுக்கு. சிலர் அதிலேயே வேலையை முடிச்சுக்கவும் செய்யுறாங்க. நான் நிறைய சுற்றித் திரிந்த ஒருத்தன். அழகான கடல்; விசாலமான வெள்ளை மணல் படர்ந்த கடலோரப் பகுதியெல்லாம் கால் வைக்கவே முடியாமலிருக்கு. ஆண்களும் பெண்களுமாக எல்லா ஜாதிக்காரங்களும் மலஜல உபாதைகளைத் தீர்த்துக்குறது இங்கேதான். கடலோரமெல்லாம் பயங்கரமான துர்நாற்றம் பிடிச்ச இடமா மாறிப்போயிருக்கு. மனிதர்கள் ஏன்தான் இப்படியாகிட்டாங்களோ? மற்றவங்களுக்குத் தொந்தரவையோ வியாதியையோ வினியோகிக்காமலும் வாழ்ந்துவிட முடியு மல்லவா? பொதுவழிகள்லே நடக்க முடியுதா? எல்லா இடமுமே கக்கூசாக மாறிப்போச்சு. உங்க தோட்டத்துலேதான் தாராள மாக இடமிருக்குதே? நான் சொல்றதுபோல செய்யுறீங்களா? ஒரு ஐந்தெட்டு கம்பும் கொஞ்சம் கயிறும் ஒரு மண்வெட்டியும் கொஞ்சம் ஓலைக்கீற்றும் – இவ்வளவும் ஏற்பாடு செய்ய முடியுமா?”

“அதுலெ ஒண்ணும் செரமம் இல்லெ.”

"அப்படினா ஏற்பாடு செய்துட்டு வந்து என்னைக் கூப்பிடுங்க."

நிஸார் அகமது வீட்டுக்குப் போனான். வாப்பா உடனே அவன் கேட்ட சாமான்களைத் தயார் செய்வதற்குக் கிளம்பினார். அப்போது உம்மா குஞ்ஞுபாத்துமாவிடம் கேட்டாள்:

"நீ எனக்கெ மவதானே?"

குஞ்ஞுபாத்துமா பதில் சொல்லவில்லை.

உம்மா சொன்னாள்:

"ஒன்னெப் பெத்தது நான் கெடெயாது."

குஞ்ஞுபாத்துமா பேசாமல் இருந்தாள்.

உம்மா கேட்டாள்:

"கிறாத்துலெ பெறந்ததே, ஒனக்கெ வாயிலெ என்ன?"

குஞ்ஞுபாத்துமா பேசவே இல்லை.

"ஒனக்கு எனக்கக்கூட பேசுனா என்னட்டீ, கையிலெ கெடக்குத வளயலு உருவியா உழுந்துரும்.?"

"எனக்கக் கையிலெ வளயலு கெடயாதும்."

உம்மா கேட்டாள்:

"ஆனாலும் கேட்டியா பெண்ணே, ஒனக்கு பொன்னான உம்மா பெருசா அல்லது அமனா?"

குஞ்ஞுபாத்துமா எதுவும் சொல்லவில்லை.

உம்மாவே பேசினாள்:

"இந்தச் செம்மீனடிமைக்கெ சட்டம்பித்தனமெல்லாம் இப்பம் எங்கெட்டீ போச்சுது? பாரு, அமன் பேசுன ரெண்டு சொல்லைக் கேட்ட ஒடனே செம்மீனடிமெ ஸுூக்கூத்து பாடியாச்சுது. கம்பும் ஓலையும் என்னத்துக்கு? கபருகுழி தோண்டுதுக்கா?"

இறந்த பிறகு கபரடக்கம் செய்துவிட்டு அதன்மீது சிறு பந்தல்கட்டி இரண்டுபேர்கள் அமர்ந்து ஒரு மாதம் வரையிலும் குர்ஆன் வாசிப்பார்கள். இறந்துபோன மனிதரின் ஆத்மாவுக்கு சாந்தி கிடைப்பதற்காக! ஓலையும் கம்பும் கயிறும் அதற்காகவா என்று கேட்கிறாள், குஞ்ஞுதாச்சும்மா.

குஞ்ஞுபாத்துமா எதுவுமே சொல்லவில்லை.

உம்மா கேட்டாள்:

“நீ என்னத்துக்கு அமன் பக்கம் சாட்சி சொன்னா பெண்ணே?”

குஞ்ஞுபாத்துமா பதில் சொல்லவில்லை.

“ஓனக்கெ செல்ல உம்மாக்கெ மானத்தை நீ காப்பாத்தப் புடாதா?”

குஞ்ஞுபாத்துமா சொன்னாள்:

“எனக்குக் கள்ள சாட்சி சொல்ல ஏலாது.”

“சொன்னா என்னடீ, ஒங் கழுத்துலெ கெடக்குத மாலெ உருவி விழுந்துருமாக்கும்?”

“எனக்கெ கழுத்துலெ மாலெ கெடெயாதும்.”

“பின்னெ ஒனக்கு சொன்னா என்னட்டீ?”

“வாப்பா வெட்டுக்கத்தியாலெ அந்த மனுயனுக்கெ கழுத்தெ வெட்டுனாலோ?”

“வெட்டுனா நமக்கென்னட்டீ, அமன்தானே சாவுவான்?”

“வாப்பாயைப் போலீஸு வந்து பிடிச்சிட்டுப் போயி அடிச்சிக் கொன்னுபோட்டாலோ?”

உம்மா கொஞ்ச நேரம் எதுவுமே பேசாமலிருந்தாள். பிறகு, “படச்சவனே, உள்ளதுதான்” என்று சொல்லிவிட்டு குஞ்ஞுபாத்துமாவின் பக்கத்தில் போனாள்.

“எனக்கெ செல்ல மவளே, நீ நம்மெக் குடும்பத்தெக் காப்பாத்தீட்டா... எனக்கெ மவளுக்கேன் கொஞ்ச நாளா மொகத்துலெ ஒரு அசதி தெரியிது?”

“எனக்கெ வயத்திலே வேதனெ உம்மா.”

“படச்சவனே, எந்த இஃப்ரீத்து எந்த ஜின்னு எனக்கெ புள்ளெக்கெ மேலெ கூடியிருக்குதோ?”

அரூப உயிர்கள் மோகம் மேலிட்டு வயதுப் பெண்களைக் கூடலாம்.

○

9

என் நெஞ்சு வலிக்கிறது

குஞ்ஞுபாத்துமாவுக்கு என்ன ஆயிற்று என்று அவளுக்கே தெரியாது. பள்ளிவாசல் கத்தீபிடமிருந்து வாப்பா ஒரு சரடு மந்திரித்துக் கொண்டுவந்து அவளது கழுத்தில் கட்டி விட்டார். அதோடு சேர்த்து ஒரு முஸ்லியாரின் பங்காக சூட்கேஸ் போன்ற ஒரு குட்டியூண்டு தாயத்தும் அவளுடைய கழுத்தில் தொங்கிக் கிடந்தது. இருந்த போதும்கூட அவளிடம் குடிகொண்டிருக்கும் இஃப்ரீத்து விலகவே இல்லை. ஒருநாள் ஆயிஷா வந்து நிஸார் அகமது தெரிவித்ததாகச் சொன்னாள்: அவள் சொல்ல வந்தது குஞ்ஞுபாத்துமாவுக்கு மிகப் பெரிய விஷயமாகத் தோன்றியதால் குஞ்ஞுபாத்துமாவின் ஒவ்வொரு அணுவுமே அவள் சொல்வதை மிகக் கவனமாகக் கேட்டது. ஆனால், சொல்லி முடித்ததும் தன்னை அவள் கேலி செய்கிறாள் என்பதைப் புரிந்துகொண்டாள்.

"சும்மா போ, துட்டாப்பி."

ஆயிஷா சொன்னாள்:

"எந்த ஷைத்தானாக இருந்தாலும் எந்த ஜின்னாக இருந்தாலும் போயிடும். அப்புறம், இஃப்ரீத்தின் விஷயத்தைப் பற்றி சொல்லவே வேண்டாம். சும்மா இதை இப்படியே கழுத்துலே கட்டிட்டு நடந்தாலே போதும். காக்காவோட ஒரு பெரிய தோல் பெட்டி. என்ன கொண்டு வந்துடவா?"

குஞ்ஞுபாத்துமா சொன்னாள்:

"கள்ள புத்தூசே, சும்மா இரு."

கூடவே, அவளுக்கு வருத்தமும் மேலிட்டது.

ஆயிஷா காரியமாகக் கேட்டாள்:

"உண்மையாவே கேட்கிறேன். தாத்தாவுக்கு என்ன?"

"எனக்கெ ஈரக்கொலையிலெ வேதனெயாட்டு இருக்கு."

சுள்சுள்ளென்ற வலியெல்லாம் கிடையாது. நிறைந்து தளும்புவதுபோன்ற வேதனை. அப்படியே உட்கார்ந்து அழத் தோன்றும். உடனே சிரிக்கவும் தோன்றும்.

அழுவதை விடவும் அவளுக்குச் சிரிப்பதுதான் பிடிக்கும். சத்தமாக இல்லை. நினைத்துப் பார்த்துப் புன்னகைப்பது. அப்போது மனம் வெதும்பி அழவும் தோன்றும். நிஸார் அகமதைப் பார்க்கும்போதெல்லாம் அவளுடைய கன்னங்கள் துடிப்பதுபோலவும் மார்பகங்கள் கனப்பதுபோலவுமிருக்கும். நிஸார் அகமதுவிடம் தாபத்துடன் கேட்கவேண்டும்போலவுமிருக்கும்.

"என்னத்துக்கு இப்பிடிப் பாக்குதீயோ?" ஆனால், நிஸார் அகமது பார்க்காமலே இருக்கும்போது இதை எப்படிக் கேட்க முடியும்? அவன் அப்படிப் பார்த்ததுமில்லை. அவன் தன்னைப் பார்க்கவேண்டும்போலிருக்கும் அவளுக்கு. பார்வையில் படுகிற இடத்தில் போய் அவள் நிற்பாள். 'நான் சுள்ளி பொறுக்க அல்லவா வந்து நிற்கிறேன்' என்று தனக்குத்தானே சொல்லவும் செய்வாள். ஏதாவது காரணத்தை ஏற்படுத்திக்கொண்டு அவள், ஆயிஷாவின் வீட்டுக்குச் செல்வாள். இதிலொரு முக்கியமான காரணம் 'தீ'. இல்லையென்றால் உப்பு. இரண்டுமில்லையென்றால் ஆயிஷா. அவள் எந்தக் காரணத்திற்காகச் சென்றாலும் நிஸார் அகமதை வசதிபோல் பார்க்க முடிவதில்லை. ஒன்றில், அவன் முற்றத்தைச் சரிப்படுத்திக்கொண்டிருப்பான். அல்லது, செடிகளுக்குத் தண்ணீர் விட்டுக்கொண்டிருப்பான். முற்றத்தை இவ்வளவுக்குச் சரியாக்குவதற்கு என்ன இருக்கிறது? நிறைய பொன்மணல் பரப்பபட்டிருந்தது. அதைச் சுற்றிலும் பூச்செடிகள் நிறைந்திருந்தன. இல்லையென்றால் வாசித்துக் கொண்டிருப்பான். 'இவ்வளவு வாசிக்க என்ன இருக்கிறது?' அவள் தனக்குத்தானே கேட்பாள்.

அன்றொரு நாள் குஞ்ஞுபாத்துமா பார்க்கும்போது ஒரு மரத்தடியில் சாய்வு நாற்காலியில் நிஸார் அகமது படுத்திருந்தான். மடியில் ஒரு புத்தகமுமிருந்தது. சும்மா அது அப்படியே கிடந்தது.

அவளுடைய மனம், மெல்லிய ஒரு சூடுபட்டதுபோல் உருகத் தொடங்கியது. நிஸார் அகமதின் கண்கள் வானத்தில் பதிந்திருந்தன. மேற்கின் வானச்சரிவில் பல வண்ணங்களிலான மேகங்கள். பறந்துகொண்டிருக்கும் பறவைகளின்மீது பளபளக்கும் சிவப்பு வண்ணம் பிரதிபலித்தது.

அவளுக்குள் பதற்றம் தொற்றிக்கொண்டது. அன்று அவள் வெள்ளையாடைகள் உடுத்தினாள். நீண்ட நாட்களாக உபயோகிக்காமலிருந்ததால் அந்த வெள்ளைக் குப்பாயம் உடம்பில் ஒட்டிப் பிடித்திருந்தது. தலையில் மெல்லிய துணி யிலான தட்டம். இப்படியான அலங்காரங்கள் எதற்காக என்று அவளுக்கே தெரியவில்லை. தன்னை அவள் நீண்ட நேரம் கண்ணாடியில் பார்த்துக்கொண்டிருந்தாள். கண்ணிமை களில் மெல்லியதான நீல நிறம் படர்ந்திருந்தது. கன்னத்திலிருந்த கறுத்த மச்சம் திலகம்போல் ஜொலித்தது. தெளிந்த பெரிய விழிகளால் அவள் தன்னையே பார்த்துப் புன்னகைத்தாள். அழுகை வந்தபோது அவள் சிரித்தாள்.

முகத்தை இயல்பாக்கிக்கொண்டு வெளியே வந்தாள். இதயம் வெகுவேகமாகத் துடித்துக்கொண்டிருந்தது.

நிஸார் அகமதின் பார்வை அவள்மீது படிந்தது. மகிழ்ச்சி நிரம்பிய ஒரு நோட்டம்.

அவள் தீ வாங்கினாள். ஆயிஷாவிடமோ அவளது உம்மா விடமோ பேசிக்கொண்டிருக்கவில்லை. வேகமாகத் திரும்பி வருகிறபோது நிஸார் அகமது கூப்பிட்டான்:

“ஹோவ்.”

அந்த அழைப்பு அவளது ஆன்மாவில் ஒரு மின்னல்போல் பட்டது. ஒரு அடிகூட முன்னால் நகர முடியாத நிலையில் அவள் அப்படியே நின்றுவிட்டாள். அவளுக்குள் ஒருவிதமான மயக்கம் தொற்றிக்கொண்டது. பயமாகவும் பதற்றமாகவு மிருந்தது. மகிழ்ச்சியாகவுமிருந்தது . . . எல்லாவிதமான விகாரங் களுடனும் அவள் பார்த்தாள்.

நிஸார் அகமது எழுந்து வந்தான்.

“எனக்குக் கொஞ்சம் தீ” என்று சொல்லிவிட்டுத் தீக்கொள்ளி யை வாங்கினான். அதில் ஒரு சிகரெட்டைப் பற்ற வைத்தான்.

நிஸார் அகமது சொன்னான்: “குஞ்ஞுபாத்துமா, நம்ம அந்தக் குருவி இருக்கல்லவா, அது எங்கிட்டே வந்து குஞ்ஞு பாத்துமா நலமா இருக்கிறாளானு கேட்டது. நான் சொன்னேன். ஏதோ ஒரு இஃப்ரீத்தை விரட்டுறதுக்காக அவள் ஒரு சூட்கேசைக் கழுத்திலே கட்டித் தொங்கவிட்டுட்டுத் திரியுறானு.”

“தீயைத் தாருங்கோ.”

“குஞ்ஞுபாத்துமா.”

“ஓ.”

"உனக்கென்ன செய்யுது?"

"எனக்கு ஈரக்கொலையிலெ ஒரு வேதனெ."

"இதைக் கழுத்திலே கட்டியிருந்தா தீர்ந்துடுமா?"

"தீயைத் தாருங்கோ."

"உனக்கு எழுதப் படிக்கத் தெரியாதா?"

"நான் படிக்கெயில்லெ."

"நாளையிலிருந்து நீ ஆயிஷாகிட்டே படிப்பு சொல்லிக் கேட்கணும். கேட்பியா?"

"அந்தத் துட்டாப்பி என்னெ பரியாசம் செய்யும்."

"லுட்டாப்பி உன்னைப் பரிகாசம் செய்தா நான் அவளை இரண்டாயிரம் துண்டா..."

"வேண்டாம்; துட்டாப்பியை ஒண்ணும் செய்யாண்டாம். தீயைத் தாருங்கோ."

"லுட்டாப்பிக்கிட்டே நானே சொல்லுறேன் என்ன?"

ஒரு வழியாக அவள் தீயை வாங்கினாள். ஓடிவிட வேண்டும் போலிருந்தது. ஆனால், மெதுவாக நடந்து போனாள். உலகம் ஒரு புத்தொளியில் மூழ்கிக் கிடந்தது. அனைத்திலுமே அழகு அதிகரித்திருப்பதுபோல். எல்லாவற்றின்மீதும் அவளுக்கு அன்பு அதிகரித்தது. கடித்த ஒரு எறும்பிடம் குஞ்ஞுபாத்துமா சொன்னாள்:

"என்னெக் கடிச்சதுபோலெ நீ வேறெ யாரையும் கடிக்காதே." அவள் அதை நுள்ளியெடுத்துக் கீழே விட்டாள். அன்றைய இரவு அவளுக்கு மிகவும் அழகாக இருப்பதுபோல் தோன்றியது. உம்மாவும் வாப்பாவும் குறட்டையிட்டுத் தூங்கும் போதும்கூட அவள் விழித்துக்கிடந்தாள். நிஸார் அகமதை நினைத்துப்பார்த்து அவள் புன்னகைத்தாள். பாவம் என்றும் சொல்லிக்கொண்டாள். தலையணையைக் கிள்ளிவிட்டு, 'வலிக்கிதா?' என்று கேட்கும்போதே அவளுடைய கண்கள் நிரம்பின. உடனே சிரிக்கவும் செய்தாள். அப்படியே படிப் படியாக அவள் தூக்கத்தில் மெல்ல ஆழ்ந்துபோனாள். தூக்கத்தில் நிஸார் அகமதைக் கனவு கண்டாள். அவர்கள் ஒன்றாகச் சேர்ந்து நடந்துகொண்டிருந்தார்கள்.

மறுநாள் மத்தியானம், சாப்பிட்டுவிட்டு அவள் அப்படியே முற்றத்தில் நின்றுகொண்டிருக்கும்போது ஆயிஷா கையில் பெரிய கம்பும் அக்குளில் இடுக்கிய ஒன்றிரண்டு புத்தகங்களுமாக கௌரவத்துடன் வந்து நின்று குஞ்ஞுபாத்துமாவைக் கூப்

பிட்டாள். குஞ்ஞுபாத்துமாவுக்கு எதற்கு என்று விளங்கவில்லை. புளியமரத்தினடியில் அழைத்துக்கொண்டுபோய் பிரம்பால் வட்டமாக ஒரு கோடிட்டாள், ஆயிஷா.

"சரியாக நடுவில் போய் நில்." அவள் கட்டளையிட்டாள்.

"என்னத்துக்கு துட்டாப்பி" என்று கேட்டுவிட்டு அவள் அதில்போய் நின்றுகொண்டாள்.

"வலது கையை நீட்டு." ஆயிஷா மீண்டும் உத்தரவிட்டாள்.

"என்னெ அடிக்கப்போறியா?"

"நீட்டு கையை."

குஞ்ஞுபாத்துமா கையை நீட்டினாள். ஆயிஷா, நீட்டிய கையில் ஒரு பென்சிலையும் ஒரு நோட்டுப் புத்தகத்தையும் ஒரு பாலபாடத்தையும் வைத்தாள்.

"நான் இன்று முதல் உன் குரு" ஆயிஷா சொன்னாள்.

குஞ்ஞுபாத்துமா சிரித்தாள்.

ஆயிஷா கேட்டாள்:

"எனக்குத் தெரியாத எந்த ரகசியமும் என்னோட சிஷ்யை யிடம் இருக்கக் கூடாது. எல்லாத்தையுமே வெளிப்படையாச் சொல்லிடணும். அப்புறம்தான் கல்வி. என் சகோதரனாகிய அந்தப் பெரிய மனிதனுக்கும் இந்தப் பெண்மணிக்குமிடையே .... அது என்ன?"

"சும்மா இரு, துட்டாப்பி."

"நீயாவே சொல்லிடுறியா, அடி வேணுமா? கள்ள புத்தூசை நான் கண்டந்துண்டமா நாலாயிரமா அறுத்துடுவேன், சொல்லிடு."

"போ, துட்டாப்பி."

"சொல்லு."

"என்னெத்தெயை?"

"என் காக்காவுக்கும் குஞ்ஞுபாத்துமாவுக்குமிடையிலே என்ன உறவு?"

குஞ்ஞுபாத்துமாவை அடிக்கப்போவதுபோல் கேட்டாள்:

"சும்மா இரு, துட்டாப்பி."

ஆயிஷா சற்று நேரம் பேசாமலிருந்துவிட்டுக் கேட்டாள்:

“அக்காவுக்கு டான்ஸ் தெரியுமா?”

அப்படியென்றால் என்னவென்றுகூட அவளுக்குத் தெரியாது.

“என்னதுணே தெரியாது.” குஞ்ஞுபாத்துமா சொன்னாள்.

“சவரம், சலவை, சமையல் கலை, ஓவியம்... இதில் ஏதாவது தெரியுமா?”

“சும்மா இரு, துட்டாப்பி. ஒண்ணுமே மனசிலாவல்லெ. துட்டாப்பி, எனக்குப் படிச்சித் தரப்புடாதாக்கும்?”

“சரி, கேளு. ஆண்களைப்போலக் கள்ள புத்தூசுகள் இந்த துனியாவிலேயே கிடையாது. சரியா?”

“சும்மா இரு, துட்டாப்பி. அப்பிடியெல்லாம் சொல்லப் புடாதும்.” குஞ்ஞுபாத்துமாவுக்கு ஆயிஷாவின் கவனத்தைத் திருப்பி விடுவதற்கு ஒரு விஷயம் கிடைத்தது. இரண்டு மூன்று எறும்புகள் சேர்ந்து ஒரு செத்துப்போன ஈயைப் புல்லின்மீது இழுத்துக்கொண்டு போகின்றன. குஞ்ஞுபாத்துமா சொன்னாள்:

“துட்டாப்பி, இப்பொ ஹஜ்ரத்துல் முன்தஹாலெ உள்ள ஒரு எலை உழுந்திருக்கும் பாத்துக்கோ.”

ஆயிஷா சொன்னாள்:

“முக்கியமான விஷயத்தைப் பற்றி இப்போ பேசிட்டிருக் கிறோம். அக்காவுக்குப் படிக்கணுமா?”

“படிக்கணும்.”

“சரி, அப்பிடீன்னா கேட்குறதுக்கு உடனுக்குடன் சரியான பதிலைச் சொல்லணும். என் காக்காவை எப்போதிலிருந்து தெரியும்?”

“எனக்கு எழுத்துச் சொல்லித் தா துட்டாப்பி.”

“அக்காவும் நானும்தானே முதன் முதல்லே பழகினோம்?”

“இல்லெ துட்டாப்பி,” குஞ்ஞுபாத்துமா சொன்னாள்.

“என்ன?” ஆயிஷா ஆச்சரியமாகக் கேட்டாள்: “இல்லையா?”

“இல்லெ.”

“எப்படினு சொல்லு.”

“துட்டாப்பியெல்லாம் இங்கெ வரூதுக்கு முன்னாலெ நான் குளிக்க வரூது ஒங்க கெணத்தங்கரையிலெதான். ஒருநாளு புருசன் குருவி, பெண்டாட்டி குருவியைக் கொத்திக்

98 எங்க உப்பப்பாவுக்கொரு ஆனையிருந்தது

கொல்லப் போச்சிது. அப்பொ பெண்டாட்டி குருவி குழியிலெ உழுந்துட்டுது. அதெப் பாக்கப்போனதுலெ நானும் உழுந்துட்டேன். எனக்கெ கையிலெ எல்லாம் குத்திக் கீறி நெறெய சோரெ வந்துது. நான் அதுலெ கொஞ்சம் சோரெயைக் கெட்டுனவொ குருவிக்குக் குடுத்தேன். அதுக்கெ வயித்துலெ ரெண்டு முட்டெயும் இருந்துது. அப்பொ துட்டாப்பிக்கெ காக்கா வந்து."

"காக்கா வந்து?"

"துட்டாப்பிக்க காக்கா அங்கெ வந்துது. பெறெவு குழிலெ எறங்கிவந்து எனக்கெ கையிலெ துணியெ வெச்சி கெட்டி என்னெ மேல ஏற வெச்சிது. குளிக்கும்பொ நனைக்கப் புடாதும்ணும் சொல்லிச்சு."

"பிறகு, குருவி என்ன ஆச்சு?"

"அது பறந்து அதுக்கெ ஊட்டுக்குப் போச்சி."

"சரி, இவ்வளவுதானா?" ஆயிஷா தனக்குத்தானே சொல்லிக் கொண்டாள்:

"இதுதான் குஞ்ஞுபாத்துமா செய்த அற்புதச் செயலா?"

"என்ன சொன்னே துட்டாப்பி?"

"ஒண்ணுமில்லே." ஆயிஷா சொன்னாள்: "ஆண்கள் எனப் படும் கள்ள புத்தூசுகளைப் பற்றி"

"சும்மா இரு துட்டாப்பி, அப்பிடி சொல்லப்புடாதுல்லா?"

"இனி என் மகள் என்னை அடிக்கத் தொடங்குவாள். அதற்கும் எனக்கு விதி இருப்பதாகத்தான் தெரிகிறது. 'அப்போதும் ஆயிஷா பீவி புன்னகை பூத்த முகத்துடன் காணப்பட்டாள்' என்று உலகம் சொல்லும்."

"என்னத்தெ துட்டாப்பி?"

"நான் பாடத்தைத் தொடங்குறேன். கவனமாகக் கேட்கணும்."

ஆயிஷா தரையில் 'ப' என்றெழுதினாள்.

"கவனிச்சுப் பாரு. இந்த எழுத்து புத்தகத்திலிருக்குதா?" என்று கேட்டுவிட்டு அவள் புல்படர்ப்பில் மல்லார்ந்து படுத்தாள்.

குஞ்ஞுபாத்துமா புத்தகம் முழுவதும் தேடிப்பார்த்தாள். காணவே இல்லை. கடைசியில் அவள் அதைப் புத்தகத்திற்கு வெளியே கண்டுபிடித்தாள்.

ஆயிஷா எழுந்தாள்.

"அது ஒரு பெயரின் முதலெழுத்து. 'ப.' அந்த வார்த்தை என்ன?"

குஞ்ஞுபாத்துமா சொன்னாள்:

'ப'.

"ப, என்று தொடங்கும் ஒரு வார்த்தை சொல்லு."

"வழி."

"புத்தூசே, இதில் 'ப' இருக்கிறதா?"

"இல்லெ."

"அப்படினா யோசித்துப் பதில் சொல்லு."

"பழுதலங்கா."

"பழுதலங்கா இல்லே, அது வழுதலங்காய்."

குஞ்ஞுபாத்துமா அப்படியாக எழுதப் படிக்கத் தொடங்கினாள். இரவுபகலாக அவள் முயற்சி செய்தாள். உம்மா விடமும் வாப்பாவிடமும் அதை அவள் சொல்லவே இல்லை. உம்மா அறிந்தால் திட்டுவாள் என்று தெரியும். உம்மா வேறு, திடீரென்று தொழ ஆரம்பித்திருந்தாள். பிரார்த்தனை பெருமளவில் நடந்தது. தொழுகைப் பாயிலிருந்து உம்மா இறங்குவதே இல்லை. அதிலிருந்துகொண்டேதான் வீட்டு விஷயங்களை எல்லாம் விசாரித்தாள். குஞ்ஞுபாத்துமா சமையல் கூடத்திலிருந்தும் பாயில் படுத்துமெல்லாம் படித்துக்கொண் டிருந்தாள். பாடத்தில் எப்போதும் சந்தேகங்கள் உருவாகிக் கொண்டே இருந்தன. அவள் பக்கத்து வீட்டுக்கு உற்சாகத்துடன் செல்வாள்.

ஒருநாள் ஆயிஷாவின் உம்மா ஏதோ ஒரு குருவியைப் பற்றி விசாரித்தாள்.

அவள் அப்படியே சிவந்துவிட்டாள்.

"முகம் சிவக்குறதைப் பாரேன்" என்று உம்மாவிடம் சொன்னாள் ஆயிஷா.

அப்போது அவளுக்கு அழுகை வந்தது. ஆயிஷாவின் உம்மா சிரித்தபடியே அவளது தலையை வருடி விட்டாள்.

"நீ முடியைச் சீவுறதே கிடையாதா?" ஆயிஷாவின் உம்மா கேட்டாள்.

குஞ்ஞுபாத்துமா சொன்னாள்:

“முடியெ அப்பிடிச் சீவுனா காஃபிரிச்சிகளாப் போயிரு வொமுண்ணு உம்மா சொல்லியிருக்குது.”

ஆயிஷாவின் உம்மா சிரித்துவிட்டு ஒரு சீப்பையெடுத்து குஞ்ஞுபாத்துமாவின் முடியை நடுவே வகிர்ந்து சீவினாள். குஞ்ஞுபாத்துமாவின் முகம் பிரகாசமடைந்தது. தலைமுடியை ஆயிஷாவின் உம்மா அழகாகக் கட்டிக் கொடுத்தாள்.

ஆயிஷா முல்லைப்பூக்களைக் கொண்டுவந்து குஞ்ஞு பாத்துமாவின் தலையில் சூடிக்கொடுத்தாள்.

“தலையிலெ இபுலீஸ் ஏறுவானா?” குஞ்ஞுபாத்துமா கேட்டாள்.

“போயி, உன் குருவிகிட்டேயே கேளு.”

“போ, துட்டாப்பி.”

அவள் நாணத்துடனும் மகிழ்ச்சியுடனும் வீட்டுக்குப் போனாள். உம்மா எடுத்த எடுப்பிலேயே கேட்டாள்:

“என்னட்டீ, கிறாத்துலெ பெறந்தவளே. என்ன செய்துட்டு வந்துருக்கே? ஒந்தலையிலெ என்னது?”

குஞ்ஞுபாத்துமா எதுவுமே சொல்லாமல் நின்றாள்.

உம்மா எழுந்துவந்து அவளது முடிக்கற்றையைப் பிடித் திழுத்து பூக்களையெல்லாம் கசக்கித் தூர எறிந்தாள்.

“அதுவொ செய்யும்போல எல்லாம் நீயும் செய்யாண்டாம். அந்தக் கொமரிக்கெ உப்பப்பாக்காரன் காளைவண்டிக் காரனா இருந்தவன், தெரிஞ்சுதா? நீ ஆனெ மக்காருக்க அருமாந்தப் பேத்தியாரு. ஒனக்கெ உப்பப்பாக்கு ஒரு ஆனெ இருந்துது. ஒரு பெரீய கொம்பானெ.”

குஞ்ஞுபாத்துமா பதிலே சொல்லவில்லை. அன்று அவள் இன்னொரு செய்தியையும் அறிந்தாள். அவளுடைய கல்யாணம் உடனே நடக்கும். வாப்பா மாப்பிளைப் பையனைத் தேடிக் கொண்டிருக்கிறார்.

அவள் நடுங்கிவிட்டாள். வாயில் உமிழ்நீர் வற்றியதைப் போலிருந்தது. வெளிறிப்போய் அவள் அப்படியே நின்று விட்டாள்.

உம்மா சொன்னாள்:

“எனக்கெ அனுவாதம் இல்லாமெ நீ இந்த எல்கையை விட்டு வெளியே எறங்கப்புடாதும்.”

குஞ்ஞுபாத்துமாவின் கண்களும் காதும் அடைந்து கொண்டதுபோலிருந்தது. "யா ரப்புல் ஆலமீனே" என்று சொன்னபடி அவள் அப்படியே மயங்கி விழுந்தாள்.

"முஹியதீனே, முத்துநபியே, எஞ்செல்ல மவளுக்கு என்னவோ?" உம்மா குதித்தெழுந்தாள். வாப்பா வந்து தண்ணீர் தெளித்தார். வீசிக்கொடுத்தார். ஆக, குழப்பம்.

குஞ்ஞுபாத்துமா கண் திறந்தாள். எழுந்து உட்கார்ந்தாள். உம்மாவையும் வாப்பாவையும் அவள் முறைத்துப் பார்த்தாள். அவளிடம் கேட்காமல் அவளுடைய அபிப்பிராயத்தை அறியாமல் அவளுக்கொரு கணவனை உருவாக்கியிருக் கிறார்கள்.

"மவளே, குஞ்ஞுபாத்துமா." வாப்பா கூப்பிட்டார்.

குஞ்ஞுபாத்துமா பேசவில்லை.

உம்மா கேட்டாள்:

"எஞ்செல்ல மவளுக்கு என்ன?"

குஞ்ஞுபாத்துமா பேசவில்லை.

"முஹியதீனே, ஏதாவது ஷைத்தானோ என்னவோ?" உம்மா சொன்னாள்.

குஞ்ஞுபாத்துமா சத்தமாகச் சிரித்தாள்; நிறுத்தாமல் சிரித்தாள்; பிறகு அழுதாள்; நிறுத்தாமல் மனம் நோக இடைவிடாமல் அழுதாள். இரவு நீண்ட நேரமான பிறகும் உலகம் முழுவதும் தூக்கத்திலாழ்ந்த பிறகும் அவள் அழுகையை நிறுத்தவே இல்லை.

அவள் படுத்திருந்தபடியே ஜன்னல்வழியாகப் பார்த்தாள்.

பிரமாண்டமான ஒரு எட்டுக்கால் பூச்சியின் வலைக்குள் சிக்கிக் கிடக்கும் ஒளித் துகள்கள்தானோ நட்சத்திரக்கோடிகள் அனைத்தும்.

10

கனாக்களின் காலம்

பகல் வருகிறது. இரவாகிறது. தெளிவாக எதுவுமே குஞ்ஞுபாத்துமாவுக்குத் தெரியவில்லை. ஊணுமில்லை; உறக்கமுமில்லை. அனைத்துமே ஒரு கனவு போல். யார் யாரோ வருகிறார்கள்; ஏதேதோ கேட்கிறார்கள். குஞ்ஞு பாத்துமா விழித்திருக்கிறாளா, உறங்குகிறாளா? ஆயிஷாவோ யாரோ என்னவோ கேட்கிறார்கள். திரும்பத் திரும்பக் கேட்கிறார்கள். அவள் அதற்கான பதிலையும் சொல் கிறாள். மீண்டும் அதே கேள்வியைக் கேட்கிறார்கள். கடைசியில் அவள் மனம் நொந்துபோய் பதில் சொல் கிறாள்:

“துட்டாப்பி, என்னெக் கெட்டிக்குடுக்கப் போறாங்கோ!”

பிறகு கண்ணீர்தான். கண்ணீர்க்கடல். அவள் அதில் மிதக்கிறாள். இருண்ட உலகத்தின் கடைக்கோடியிலிருந்து செந்தீ உதித்தெழுகிறது. சூரியோதயம்தான். ஆனால், காகங்கள் கரையவில்லை; கிளிகள் மொழியவில்லை; ஆட்கள் மட்டும் பேசிக்கொள்கிறார்கள். உம்மாவும் வாப்பாவும்தான். கூடவே வேறு சிலரும் இருக்கிறார்கள். அது, சூரியோதயமல்ல. முற்றத்திலுள்ள ஒரு குழியில் தீக்கனல்கள். அதைச் சுற்றிலும் மண் சட்டிகளில் சிறு திரிகள் எரிந்துகொண்டிருந்தன. குஞ்ஞுபாத்துமாவை அதன் பக்கத்தில் ஒரு பலகையில் உட்கார வைத்திருக் கிறார்கள்.

பக்கத்தில் பிரம்புடன் ஒரு ஆணாகப் பிறந்தவனும் இருக்கிறான்.

ஷைத்தானை விரட்டுகிற முஸ்லியார்தான்.

குஞ்ஞுபாத்துமாவுக்கு வாழ்க்கையில் முதன்முதலாகக் கோபம் வந்தது. உக்கிரமான கோபம். அவளுக்கு ஒரு

யானையைப் போல் பிளிறத் தோன்றியது. ஒரு புலியைப் போல் உறுமத் தோன்றியது. துள்ளியெழுந்து எல்லோரையும் கடித்துக் குதற வேண்டும்.

அவள் அப்படியே உட்கார்ந்திருக்கிறாள். நல்ல வாசம். முஸ்லியார் அவளுடைய தலையில் சுற்றியெடுத்த எதை யெல்லாமோ தீயிலிடுகிறார். அதில் குந்திரிக்கமும் சந்தன மும் சம்பிராணியுமிருந்தது. முஸ்லியார் ஸூஹ், ஃபல, ஹல என்றெல்லாம் மந்திரித்துக் கொண்டிருந்தார். ஷைத்தானை அவர் விரட்டுகிறார். இஃப்ரீத்து, ஜின்னு, ரூஹானி இப்படி பலவகையான ஷைத்தான்களையும் ஒழிப்பதில் பிரசித்தி பெற்ற பிரம்பு அது.

அந்தப் பிரம்பால் குஞ்ஞுபாத்துமாவை அவர் அடிப்பார். தலைமுடியைப் பற்றிப் பிடித்து அவளது முதுகிலும் தொடை யிலும் அவர் அடிப்பார். ஷைத்தானை அப்படித்தான் விரட்டுவது. அதிலும் ஷைத்தான் ஒழியவில்லையென்றால் மிளகை அரைத்துக் கண்களில் தேய்ப்பார். தீக்கனலை உள்ளங் கையில் வைப்பார். அப்போது சுர்ர்ர் என்ற சத்தத்துடன் உள்ளங் கையின் தோல் கரியும். மூளையிலிருந்து உள்ளங் கால்கள்வரை வலிக்கும். சரி, வலிக்கட்டும். உம்மாவும் வாப்பாவும் வலிக்க வைக்க அனுமதி கொடுத்திருக்கிறார்களே?

"வாப்பா என்னெ அடிக்காண்டாம்ணு சொல்லுங்கோ." முஸ்லியார் ஒன்றும் சொல்லவில்லை. வாப்பாவும் எதுவுமே சொல்லவில்லை. உம்மாவும் எதுவுமே சொல்லவில்லை.

'துட்டாப்பி, என்னெ அடிக்க வாறோங்கணு போய்ச் சொல்லு.' யாரிடம் போய்ச் சொல்வதற்கு ஆயிஷாவிடம் சொல்கிறோம் என்றும் மனதிற்குள் நினைத்துக்கொண்டாள்.

"நீ ஆருண்ணு சொல்லு." முஸ்லியார் கட்டளையிட்டார். "இவளுக்கெ மேலெ கூடியிருக்குத நீ ஆருண்ணு சொல்லு."

கூடியிருந்தால் சொல்லிவிடலாம். யாராவது கூடியிருக் கிறார்களா?

முஸ்லியார் திரும்பவும் கேட்டார். மூன்றாவது தடவை அவரது பிரம்புதான் கேட்டது. பிறகு நடந்ததெல்லாம் அவளுக்கு சரியாக ஞாபகமில்லை. முஸ்லியார் பத்தோ பன்னிரெண்டோ அடி அடித்தார். அவள் அழுதாள். வாய் விட்டழுதாள். பிரம்பைப் பறித்து ஒடித்தாள். அதைத் தீயில் எறிந்தாள். எங்காவது ஓடி விடலாம் என்று தோன்றியது. ஆனால், ஓடவில்லை. வட்டமான தீ ஜூவாலையின் அருகில் நிஸார் அகமது நிற்கிறான்.

நிஸார் அகமது அவளை அள்ளியெடுத்தானா? அல்லது அவள்தான் நிஸார் அகமதின் பக்கம் ஓடிப்போனாளா?

நிஸார் அகமதுதான் அவளைத் தாங்கியெடுத்து வராந்தாவில் ஏறி வீட்டுக்குள் கொண்டுபோய் பாயில் கிடத்தினான். பிறகு கண்களைத் திறந்தபோது நல்ல பகல் வெளிச்சம்.

பாயினருகில் ஆயிஷா உட்கார்ந்திருந்தாள். ஆயிஷாவின் உம்மாவுமிருக்கிறாள்.

குஞ்ஞுபாத்துமாவின் உம்மா எதையோ அரைத்துக்கொண்டு வந்து அவளது நெற்றியில் புரட்டினாள். அது நல்ல குளிர்மையுடனிருந்தது. அவளது சுவாசக் காற்று நல்ல சூடாகவுமிருந்தது. தீயா?

குஞ்ஞுபாத்துமாவின் வாப்பா உள்ளே வந்தார். அப்போது ஆயிஷாவும் அவளது உம்மாவும் எழுந்து விலகினார்கள். வாப்பா கேட்டார்:

"மவளே, கஞ்சி வேணுமா?"

"ஒண்ணும் வேண்டாம்; எனக்குப் பசியுமில்லெ; தாகமுமில்லெ."

"எம் புள்ளெ எவ்வளவு நாளாவுது, ஏதாவது குடிச்சி?" வாப்பா சோகத்துடன் சொல்கிறார். ஆமாம், எதுக்கு வருத்தப் படணும்? அவள் மரிக்கப் போகிறாள். காற்று வீசத் தொடங்கி விட்டது ... இப்போது இலை உதிரும். உண்மையிலேயே காற்று வீசுகிறது. இலைகள் அசைகின்றன. மரங்கள் உரசிக்கொள் கின்றன. மரணத்தின் காற்றாகவுமிருக்கலாம். மரணத்தின் தூதுவர் வந்து விட்டாரோ? உலகம் அழியப் போகிறது. இஸ்ராஃபீல் எனும் மலக்கு ஸூர் எனும் கொம்பை ஊதத் தொடங்கி விட்டார். இறுதிநாள் நெருங்கிவிட்டது. விருட்சங்கள் வேரோடு விழவும் மாமலைகள் குலுங்கித் தகர்ந்துத் தூள் தூளாகி ... பூவுலகம் சூனியமாகவும் போகிறதா?

மழை பெய்துகொண்டிருந்தது. புது மண்ணின் வாசம். ஆட்கள் பேசிச் சிரித்தபடி போகிறார்கள். பகல்தான். பருந்தொன்றின் அழுகைக் குரல் கேட்கிறது. அதைப் பார்க்க முடியவில்லை. இருந்தாலும் அது ஆகாயத்தில் அப்படியே வேகவேகமாக சிறகுகள் அசையாமல் பறந்துகொண்டிருக்கிறது. அறைக்குள் இரவா பகலா தெரியவில்லை. அவளால் அசைய முடியவில்லை. உடல் முழுவதுமே வலித்தது. யாரோ அவளை பத்தாயிரம் துண்டுகளாக வெட்டுவதுபோல். கிளிகளுக்குப் போடுவதற்காக இருக்கலாம். கிளிகள் அவற்றையெல்லாம் கொத்தி விழுங்கிவிட்டு தளுதளுக்க அப்படியே பறந்துபோகும். பிறகு ..?

"குஞ்ஞுபாத்துமா" யாரோ கூப்பிடுகிறார்கள். யார் அது? அவள் கண்களைத் திறந்தாள். அவளது இதயமே பதறிவிட்டது.

நிஸார் அகமதின் வாப்பா. அறைக்குள் வந்து நிற்கிறார். அவர் சொன்னார்:

“இங்கே காற்றும் வெளிச்சமும் வரட்டும். அந்த ஜன்னலை எதுக்கு மூடி வெச்சிருக்கீங்க?”

அவர் ஜன்னலைத் திறந்தார். காற்றும் வெளிச்சமும் உள்ளே நுழைந்தன. வெளிச்சம் எவ்வளவு வெளிச்சமாக இருக்கிறது.

“குஞ்ஞுபாத்துமா” திரும்பவும் அவர்தான் அழைத்தார். “ஓ.” அவள் பதில் சொன்னாள். ஆனால், குரல் வெளியே கேட்டதா தெரியவில்லை. அவர் திண்ணக்கு வந்து வாப்பா விடம் பேசுகிறார். என்ன பேசுகிறார்? முடியவில்லை; கண்களைத் திறந்தபடியே அப்படிப் படுத்திருக்க முடியவில்லை. விழித் திருப்பதை விடவும் நல்லது, தூங்குவதுதான். தூக்கம் என்பது ஆழ்கடல். அவள் அதில் லயித்துக்கொண்டிருக்கிறாள். அதுவும் முடியவில்லை; வெளிச்சம். எங்காவது ஒரு பிடி தேவைப் படுகிறது. அதில்லாமல் வாழ்வது சாத்தியமில்லை. அவளொரு விருட்சம். பூமியில் அப்படியே நெடுமரமாக நிற்கிறாள். தலை முடிகள் வேரோடிக்கிடக்கின்றன. கை கால்கள் விருட்சத்தின் கிளைகளாகவும். இலைகளும் பூக்களும் அடர்ந்திருந்தன. இரண்டு பறவைகள் கூடுகட்டப் போகின்றன. அந்தப் பறவைகளின் இனமென்ன?

“குஞ்ஞுபாத்துமா.” யாரோ அவளைக் குலுக்கி எழுப்பு கிறார்கள். யார் அது? முன்பு எங்கோ கேட்ட குரல். சிரமத் துடன் அவள் கண்களைத் திறந்தாள். யார் அது? ஓ . . . நிஸார் அகமது.

“குஞ்ஞுபாத்துமா.” நிஸார் அகமது திரும்பவும் அழைத்து விட்டுச் சொன்னான்:

“நீ எழுந்து இதைக் குடி. கசக்கத்தான் செய்யும். இருந்தாலும் இனிக்கிறதா நினைச்சுக் குடிச்சிடு. ருசி பாக்கவேண்டாம்.”

மருந்து வேண்டாமென்று சொல்லிவிடலாம்போலிருந்தது. அதற்குள் நிஸார் அகமது அவளைத் தாங்கியெழுப்பி உட்கார வைத்தான். வெள்ளை குழிப்பீங்கானிலிருந்த ஏதோ கறுப்புத் திரவத்தைக் குடிக்கவைத்தான். பிறகு என்னென்னவோ பேசினான். அவள் அதற்குப் பதில் சொல்ல ஆரம்பித்தபோது நிஸார் அகமது அங்கே இல்லை. உம்மா குருணைக் கஞ்சியைக் குடிக்க வைத்துக்கொண்டிருந்தாள். உம்மா கேட்டாள்:

“ஒனக்கு ஆயிஷாக்கெ உம்மா கெட்டி உட்டதைப்போலெ முடி கெட்டணுமா?”

குஞ்ஞுபாத்துமா சொன்னாள்:

"நான் மரிக்கப்போதேன்."

உம்மா சொன்னாள்:

"எனக்கெ பொன்னு மவ இல்லியா, அப்புடிச் சொல்லப் புடாதும். ஒனக்கெ கலியாண காரியங்களெ எல்லாம் நிச்சயம் செய்தாச்சிது."

குஞ்ஞுபாத்துமா சொன்னாள்:

"என்னெ இப்பம் கெட்டிக் குடுக்காண்டாம். நான் மரிக்கப் போதேன்."

"நான் மரிக்கப் போறேன். அப்பிடீன்னு சொல்லணும்" என்றபடி சிரித்துக்கொண்டே உள்ளே வந்த ஆயிஷா கேட்டாள்:

"மருந்து இனிப்பா இருந்ததா?"

"போ, துட்டாப்பி."

"கள்ள புத்தூஸ், ஒரு ஆள் மருந்து கொடுத்தா மட்டும் தான் குடிப்பா."

"சும்மா இரு துட்டாப்பி." குஞ்ஞுபாத்துமா அப்படியே படுத்தாள். இதயத்தில் தேன் ஒழுகியது. அவள் இனிப்பாக மாறியிருந்தாள். அவளுக்கு சுவை தெரிந்தது. பசியும் தாகமு மிருந்தது. யாருடைய உதவியுமில்லாமல் எழுந்து உட்கார முடிந்தது. மெதுவாக நடக்கவும் இயன்றது.

அப்படியிருக்கும்போது ஒருநாள் ஆயிஷா சொன்னாள்:

"கள்ள புத்தூசைக் கட்டிக்கொடுக்கப் போறது யாருக்குனு தெரியுமா?"

"சும்மா இரு துட்டாப்பி."

"இங்கே பாரு, ஆள் யாருன்னு தெரியுமா?"

11

புதிய தலைமுறை பேசுகிறது

குஞ்ஞுபாத்துமாவை நிஸார் அகமது திருமணம் செய்து கொண்டது ஒரு இரவில். அன்று பகல் நான்கு மணி யிருக்கும் போது ஒரு சுவாரஸ்யமான சம்பவம் நிகழ்ந்தது.

நிக்காஹ் செய்து வைப்பதற்காக பள்ளிவாசல் கத்தீபை அழைப்பதற்கு வாப்பா போயிருந்தார். ஊரிலுள்ள பெரும்பாலான எல்லா வீடுகளிலும் திருமண விஷயத்தை அறிவித்திருந்தாலும் யாருக்குமே அழைப்பு விடுக்க வில்லை. விருந்து வட்டங்களோ ஆர்ப்பாட்டங்களோ எதுவுமில்லை. இதில் எதுவுமே வேண்டாமென்று நிஸார் அகமதின் வாப்பாவும் உம்மாவும் சொல்லிவிட்டார் கள். எல்லா ஊர்களிலுமே பிடிவாதத்திற்காக விருந்துகள் நடத்திப் போண்டியாகிப்போன முஸ்லிம் குடும்பங்கள் நிறையவே உண்டு. இதை ஞாபகத்தில் வைத்திருப்பது நல்லது. ஒரு ஐந்தெட்டு பேர்களுக்கான நெய்ச்சோறு தயாராகிக்கொண்டிருந்தது. புதுபெண்ணுக்கான உடைகளையும் அவர்களே வாங்கிக்கொண்டு வந்திருந்தார் கள். என்னென்ன உடைகள் என்பது பற்றியெல்லாம் குஞ்ஞுபாத்துமாவுக்குத் தெரியாது. குளித்து முடித்துவிட்டு அங்கே வரும்படி ஆயிஷா சொன்னாள். குளித்ததும் ஆயிஷாவே வந்து அழைத்துக்கொண்டு சென்றாள்.

அங்கே சென்ற குஞ்ஞுபாத்துமாவல்ல, வெளியே வரும்போது. அவள் பாவாடை உடுத்தியிருந்தாள்; பிரேசியர் அணிந்திருந்தாள்; ஜாக்கெட் அணிந்திருந்தாள்; பச்சை நிறத்தில் சேலையும் உடுத்தியிருந்தாள். தலை முடியை அழகாகக் கட்டி வைத்து பூவும் சூடியிருந்தாள். சேலைத் தலைப்பால் தலை மறைத்திருந்தாள். செருப்பு போட்டிருந்தாள். ஒரு நூறு தடவையாவது அறைக்குள்

அங்குமிங்குமாக நடக்க வைத்திருப்பார்கள்... நடக்கச் சொல்லிக் கொடுத்துவிட்டுதான் குஞ்ஞுபாத்துமாவை வீட்டுக்குப் போக விட்டார்கள்.

நிஸார் அகமது சொன்னான்:

“குனிந்தபடி நடக்கக் கூடாது. சரியாக நிமிர்ந்து, வீரமாக நடந்து போகணும்.”

குஞ்ஞுபாத்துமா அப்படியாக வீட்டுக்கு வந்துகொண்டிருந்தாள்.

அவள் ஜொலித்துக்கொண்டிருந்தாள். அந்தக் கறுப்பு மச்சம் பளபளத்தது. அந்த அற்புதக் காட்சியைப் பார்ப்பதற்காக வழியெங்கும் நிறைய பிள்ளைகள் கூடி நின்றார்கள். உம்மா மிதியடியின்மீது முற்றத்தில் நின்றிருந்தாள். ஒரு சிறு பிரச்சினைக்கான அடையாளமும் அவளுக்குத் தெரிந்தது. என்னென்னமோ பேச்சுகள் நடக்கின்றன. எதுவுமே அவளுக்குத் தெளிவாகக் கேட்கவில்லை.

உம்மா பிள்ளைகளிடம் கேட்கிறாள்:

“என்ன லெச்சணம் கெட்டதுவுளே?”

லட்சணம் கெட்டவர்களாகிய குஞ்ஞுபாத்துமாக்களும், குஞ்ஞுதாச்சும்மாக்களும், அடிமைகளும், மக்காருகளும் சொன்னார்கள்:

“குளுகுளு.”

உம்மா புதிய தலைமுறையினரிடம் கேட்டாள்:

“லெச்சணம் கெட்டதுவளே என்ன சொன்னீங்கோ?”

பிள்ளைகள் சொன்னார்கள்:

“லுல்லூலூ.”

உம்மாவுக்கு லேசாக ஆத்திரம் வந்தது.

“ஒங்களெ எல்லாம் கால நாகந்தான் கடிக்கும்.”

“மெம்மெம்மே.”

“பண்ணிகளே.”

“பெப்பெப்பே.”

உம்மா சொன்னாள்:

“ஒலக்கெயை எடுத்து அடிப்பேன்.”

குஞ்ஞுபாத்துமா தூரத்தில் வைத்தே சொன்னாள்:

“உம்மா சும்மா இருங்கோ. நீங்கோ ஏதாவது சொன்னா அதுவளுக்கெ வாப்பாமாரு சண்டைக்கு வந்துருவாங்கோ.”

“வரட்டுடீ, சண்டைக்கு.” உம்மா சத்தமாக, ஊர் முழுவதும் கேட்கும்படி சொன்னாள்: “ஒன்னெ அதுவளெல்லாம் ஒண்ணு காணட்டுடீ. ஆனெ மக்காருக்கெ பொன்னு மவளுக்கெ பொன்னு மவளெ அதுவளெல்லாம் காணட்டுடீ. ஒனக்கெ உப்பப்பாக்கொரு ஆனெயிருந்துது; – ஒரு பெரீய கொம்பானெ.”

“அது குழியானெயாக்கும்,” மூக்கு வடியும் முகமும் சிரங்கு பிடித்தக் கைகளுமுள்ள கறுத்த, ஒரு முழம் உயரமுள்ள ஒரு அடிமை சொன்னான்:

“குழியானெ! குழியானெ!”

குஞ்ஞுதாச்சும்மாவால் சகித்துக்கொள்ள முடியுமோ? மாபெரும் பிரதாபத்தின் வரலாற்றுப் பீடத்தைத் தகர்த்து விட்டார்கள். வீரசூர பராக்கிரமியாக இருந்த சாட்சாத் ஆனெ மக்காரு சாஹிபின், ரௌத்திரமும் நான்கு காஃபிர்களைக் கொன்றதும் அந்தஸ்துள்ளதுமாகிய அந்த பெரீய கொம்பானை ... அதை, முற்றத்தின் சுவர்களின் ஓரமாக, மண்புழுதியில் வட்டமாகத் தோண்டிய சிறு குழியின் நடுவில் புதைந்து கிடக்கும் கறுத்த மூட்டைப்பூச்சிகளைப் போன்றிருக்கிற குழியானை என்று சொல்கிறான்.

“படச்சவனே,” குஞ்ஞுதாச்சும்மா நெஞ்சிலடித்து வேண்டிக் கொள்கிறாள்: “குருத்துவம் கெட்ட இந்த லெச்சணம் கெட்டது வளுக்கெ தலை வெடிச்சிரப்புடாதா?”

ஆச்சரியமென்றுதான் சொல்ல வேண்டும்; பிள்ளைகளின் தலை வெடித்துவிடவில்லை; இடியும் விழுந்து விடவில்லை; கால நாகமும் கடிக்கவில்லை. எதுவுமே நடக்கவில்லை. அவர்கள் ஒன்றுகூடி மகிழ்ச்சியுடன் கூப்பாடு போட்டார்கள்:

“ஆனெ மக்காருக்கெ பெரீய கொம்பானெ ... அது குழியானெ ... குழியானெ ...”

குஞ்ஞுதாச்சும்மாவின் தலைக்குள் புகைச்சல் ஏற்பட்டது. மூச்சு விடுவதற்கே சிரமப்பட்டாள். நொடியிடைக்குள் வாழ்க்கை முழுவதுமே அவளது கண் முன்னால் ஓடியது. எல்லா பிரதாபங் களும் ... இரண்டு கைகளையும் அவள் தலையில் வைத்துக் கொண்டு அப்படியே கீழே உட்கார்ந்து விட்டாள்.

குஞ்ஞுபாத்துமா உம்மாவின் பக்கத்தில் வந்து பிள்ளை களிடம் கேட்டாள்:

“என்னத்துக்கு புள்ளியளே?”

பிள்ளைகள் சொன்னார்கள்:

"ஙு஌, ஙு஌."

"என்னது?"

"பெப்பெப்பே."

"என்னத்துக்கு?"

பிள்ளைகள் சொன்னார்கள்:

"குழியானெ! குழியானெ!"

"என்னது குழியானெ?" குஞ்ஞுபாத்துமாவுக்கு ஒன்றுமே புரியவில்லை. ஏதாவது பிள்ளைகள் குழியானையைப் பிடித்து உம்மாவின் காதுக்குள் விட்டுவிட்டார்களோ என்று அவள் நினைத்தாள். உம்மாவின் பக்கத்தில் உட்கார்ந்தவள் கேட்டாள்:

"என்ன நடந்துது உம்மா?"

உம்மா எதுவுமே சொல்லவில்லை. சொல்வதற்கு என்ன இருக்கிறது? புராதன வரலாறுகள் அனைத்துமே பற்றி யெரிந்துப் பொடிந்துச் சாம்பலாகப் போய் விட்டதோ..!

இனிமேல் எதற்காக வாழ வேண்டும்?

குஞ்ஞுபாத்துமா திரும்பவும் கேட்டாள். அவள், பரம சுந்தரியாக நிற்கும் குஞ்ஞுபாத்துமாவைப் பார்த்தாள். யோக்கியனாகிய நிஸார் அகமதையும் நினைத்துப் பார்த்தாள். பிரகாசமான எதிர்காலத்தை நோக்கி இறைவனின் அனுக்கிரகத்துடன் இப்போதுதான் காலடி எடுத்து வைத்திருக்கிறாள். ரப்புல் ஆலமீனாகிய தம்புரான் எல்லாவற்றையும் நேராக்கித் தருவான். வரலாறு, வரலாறுதான்... உம்மா கடைசியில் கண்ணீருடன் எழுந்து தளுதளுத்தக் குரலில் குஞ்ஞுபாத்துமாவிடம் சொன்னாள்:

"ஓனக்கெ உப்பப்பாக்கெ... பெரீய கொம்பானெ... குழியானெயாம்புள்ளே. குழியானெயாம்!"

சுபம்

1951